# கடவுள் கற்பனையே
## புரட்சிகர மனித வரலாறு

# கடவுள் கற்பனையே
## புரட்சிகர மனித வரலாறு

ஏ.எஸ்.கே

எதிர் வெளியீடு

**கடவுள் கற்பனையே**
ஏ.எஸ்.கே

எதிர் முதல் பதிப்பு: செப்டம்பர் 2012
நான்காம் பதிப்பு: ஜனவரி 2023

எதிர் வெளியீடு,
96, நியூ ஸ்கீம் ரோடு, பொள்ளாச்சி – 642 002
தொலைபேசி: 98948 75084, 99425 11302
வடிவமைப்பு: ஜீவமணி

**விலை: ரூ. 180**

**Kadavul Karpanaiye**
A. S. K
First Edition: September 2012
Fourth Edition: January 2023

Published by
Ethir Veliyeedu, 96, New Scheme Road, Pollachi - 2
email: ethirveliyedu@gmail.com
www.ethirveliyeedu.com

ISBN: 978-93-87333-25-3
Printed at Jothy Enterprises, Chennai.

All rights reserved. No part of this book may be reprinted or reproduced or utilised in any form or by any electronic, mechanical or other means, now known or hereafter invented, including photocopying and recording, or in any information storage or retrieval system, without permission in writing from the Publisher.

எனது அருமை நண்பரும்
இடைவிடாது நாத்திகத்திற்காகப் பாடுபட்டு
திடீரென்று 1963 ஜனவரி 18இல் மறைந்த
தோழர் ப. ஜீவானந்தம் நினைவிற்கு
இந்நூல் சமர்ப்பணம்

# பொருளடக்கம்

☐ முன்னுரை ........ 9

01. நாஸ்திகம் ........ 13

02. தத்துவம் ........ 19

03. உலகம் ஏற்பட்ட கதை ........ 24

04. விஞ்ஞான வளர்ச்சி ........ 26

05. வான சாத்திரம் ........ 30

06. பரிணாம வளர்ச்சி ........ 34

07. மனிதன் தோன்றிய கதை ........ 40

08. குடும்பம் தோன்றிய விதம் 47

09. தனி உடமை ஏற்பட்ட முறை ........ 51

10. அரசைப் பற்றி ........ 60

11. ஏகாதிபத்தியமும் – பாசிசமும் ........ 74

12. சரித்திரீய உலகாயதவாதத்தின் சாரம் (அ) ........ 84

☐ அடிமைச் சமுதாயம்

☐ நிலப்பிரபுத்துவ சமுதாயம்

☐ முதலாளித்வ சமுதாய அமைப்பு

☐ சோஷலிஸ்ட் சமுதாய அமைப்பு

13. சரித்திரீய உலகாயதவாதம் (ஆ) ........ 96

☐ சரித்திரத்தின் விதிகளும் மனித செயல்முறையும்

14. சரித்திரீய உலகாயதவாதம் (இ) ........ 101

☐ வர்க்கப் போராட்டமும் – அரசும்

15. சரித்திரீய உலகாயதவாதம் (ஈ) ........................................................ 105
    □ மக்களும் சரித்திரமும்
16. எண்ணம் முதல் வாதமும்
    பொருள் முதல் வாதமும் (அ) ........................................................ 108
17. எண்ணம் முதல் வாதமும்
    பொருள் முதல் வாதமும் (ஆ) ........................................................ 110
    □ விஞ்ஞானமும் – நம்பிக்கையும்
18. எண்ணம் முதல் வாதமும்
    பொருள் முதல் வாதமும் (இ) ........................................................ 114
    □ பகுத்தறிவும் – பழியும்
19. எண்ணம் முதல் வாதமும்
    பொருள் முதல் வாதமும் (ஈ) ........................................................ 120
    □ விஞ்ஞானமும் – எண்ணம் முதல் வாதமும்
20. "பொருள்" ........................................................................................ 127
21. இயற்கையின் நிரந்தர அசைவு ...................................................... 131

# முன்னுரை

விஞ்ஞான வளர்ச்சியும், புதிய கண்டுபிடிப்புகளும் உலகத்தை மின்னல் வேகத்தில் முன்கொண்டு சென்று கொண்டிருக்கின்றன. கனவிலும் கண்டிராதவைகளை மனிதன் இன்று கண்டு பிடித்துள் ளான். உண்மையில் கண் கண்ட தெய்வமாக மனிதன் காட்சி அளிக்கின்றான்.

ஆனால், உலகில் பெரும் பகுதி மக்கள் சமய நம்பிக்கை, கடவுள் வழிபாடு, மூடப்பழக்க வழக்கங்களின் காரணமாக அறியாமையில் ஆழ்ந்து கிடக்கின்றனர்.

எனையாளும் ஈசன் செயல் என்று எண்ணி, தான் முன் முயற்சியால் முன்னேற முடியும் என்பதை உணராது, பசி, பட்டினி, வறுமை, வேலையில்லாத் திண்டாட்டம் என்ற பிணிகளால் பிடுங்கித் தின்னப்படுகின்றனர்.

சில நூற்றாண்டுகளாக ஒரு சில அறிஞர்கள் பகுத்தறிவை மக்களுக் குப் புகட்டும் அரிய பணியில் ஈடுபட்டு வந்துள்ளனர் என்பது உண்மையே. வாழ்க்கையும் பகுத்தறிவைக் கோடிட்டுக் காண்பிக் கின்றது. எனினும், சமய நம்பிக்கை, கடவுள் வழிபாடு, மூடப்பழக்க வழக்கங்கள் மக்களை அட்டை போல் ஒட்டிக்கொண்டிருக்கின்றன. இவை உள்ளவரை, முற்போக்கு கருத்துக்கள், முற்போக்கு இயக்கம் தழைத் தோங்கி வளர்வது என்பது மிக மிகக் கடினம்.

பூர்வ காலத்தில் பண்ணிய பூஜாபலனைத்தான் இன்று இவ் வுலகில் நாம் அனுபவிக்க முடியும் என்றும், எல்லாம் நம் தலைவிதி என்றும், ஈசன் அருள் பெற்றால்தான் நாம் வாழ முடியும், ஆகவே அவனைக் காணும் முயற்சியில் ஈடுபடுவதுதான் மானிடப் பிறவியின் தலையாயக் கடமை என்று உள்ள நல்லவர்கள் அனை வருமே விஞ்ஞான வளர்ச்சியை எதிர்க்கின்றனர்.

முதல் மனிதன் ககாரின் 1962ல் விண்வெளி - அகண்ட காஸ் மாசில் (cosmos) சென்றதை விஞ்ஞானியாக இருந்தும் கடவுள் நம்பிக்கை கொண்ட நல்லவர் டாக்டர் சி.வி. ராமன் அவர்கள் அழுத்தமாகக் கண்டித்தார். கடவுள் வசிக்கும் இடத்தில் மனிதன் தன் பூத உடலுடன் செல்லுவது மிகமிகப் பாவம் செய்வதாகும் என்றார்!

அறிஞர் என்று பட்டம் சூட்டப்பட்ட அவரே அவ்வாறு எண்ணங் கொண்டவராக இருந்தார் என்றால், நம் நாட்டில் பாமர மக்கள் நிலையை நான் சொல்லித்தான் தெரிய வேண்டியதில்லை; கூறாமலே அது விளங்கும்!

ஜாதி, மதம், கடவுள், ஜாதிக் கொடுமைகள், மூடப் பழக்க வழக்கங்கள் அனைத்தும் கடிந்தொழிந்தால்தான், விஞ்ஞான வளர்ச்சியை நன்கு புரிந்து கொண்டு, அதன் அடிப்படையில் மனிதன் மனிதனாகத் திகழ முடியும். முற்போக்கு எண்ணங்களுக்கு இடம் கொடுப்பான்.

ஆகவேதான், சமுதாய மாற்றத்தைக் கொண்டுவர வேண்டிய தொழிலாளி வர்க்கம், பிற்போக்கு அமைப்பிற்கு இருப்பிடமாயுள்ள ஜாதி, சமயம், கடவுள், மூடப்பழக்க வழக்கங்கள் அனைத்தையும் அறவே ஒழிக்க வேண்டும்.

விஞ்ஞான அடிப்படையில் சமுதாயத்தை காண்பது தான் உண்மை, என்பதனை ஓரளவு விளக்கவே இந்நூல் எழுதப் பட்டுள்ளது. இயற்கையும், சமுதாயமும் சில கோட்பாடுகளின் அடிப்படையில்தான் இயங்குகின்றன; இக்கோட்பாடுகள் எவை - இவற்றைப் புரிந்து கொண்டு எவ்வாறு செயல்பட வேண்டும், புதிய சமுதாயத்தை சமைக்க வேண்டும், என்று எடுத்துச் சொல்ல இந்நூல் எழுதப்பட்டுள்ளது.

சமயம், ஜாதி, ஜாதிக் கொடுமைகள், கடவுள் வழிபாடு, மூடப் பழக்க வழக்கங்களைப் போக்க தினைத்துணையாவது இந்நூல் உதவு மேயானால், எடுத்த முயற்சி வீண்போகவில்லை என்று கருதுவேன். பெரியார் ஈ.வெ.ரா. அவர்கள் தமிழகத்தில் சென்ற 50 ஆண்டு களுக்கு மேல் ஈடு இணையற்ற முறையில், இப்புரட்சிகரத் திருப்பணியைச் செய்து வருகிறார். இதை நாம் மறக்கவோ, மறுக்கவோ கூடாது.

லெனின் "On the significance of Miliant Materialism" (புரட்சிகரப் பொருள் முதல் வாதத்தின் முக்கியத்துவம்) என்ற கட்டுரையில் பின் வருமாறு கூறுகிறார்:

*"It would be the biggest and most gtievous mistake a marxist could make to think that the millions of People (especially the Peasants and Artisans) who have been condemned by all Moderm Society to darkness, Ignorance and superstition, can extricate themelves from this darkness only along the straight line of a purely Marxist education. These masses should be supplied with the most varied atheist propaganda material, they sould be made familiar with facts from the most diverse spheres of life, they sould be approached on every possible way so as to interest them, rouse and by the most varied methods, and so forth ................... The most important thing and it is this that is most frequently overlooked by those of our communists who are supposedly Marxists, but who in fact muthilate Marxists - is to know how to awaken in the still undeveloped masses an intelligent attitude towards religious questions and an intelligent critcism of religion".*

"இன்றைய சமூக அமைப்பு பல லட்சக்கணக்கான உழைப்பாளி, விவசாயி மக்களை அறியாமை இருள், மூடப்பழக்க வழக்கங்களில் அழுத்தி வைத்திருக்கிறது. இந்தப்பிடிப்புகளில் இருந்து இவர்களை விடுதலையடையச் செய்ய ஒரே வழி, தூய்மையான மார்க்சீயக் கல்வியறிவைப் புகட்டுவதுதான் என்று ஒரு மார்க்சீயவாதி நினைத்தால், இதைவிட மிகப் பெரிய இமாலயத் தவறு வேறெதுவும் இருக்க முடியாது. மூடப்பழக்க வழக்கங்களில் மூழ்கிக் கிடக்கிற இந்த லட்சக்கணக்கான மக்களுக்கு நாம் நாத்திகப் பிரச்சாரத்தின் எளிமையான, அவர்கள் புரிந்து கொள்ளக்கூடிய பல வழிகளையும் கடைப்பிடிக்க வேண்டும். அவர்களின்சொந்த வாழ்க்கையிலிருந்து பல நிகழ்ச்சிகளின் உதாரணங்களை எடுத்துக் காட்டி, மதத்தின் மாயையிலிருந்து அவர்களை விடுவிக்க வேண்டும். பல கோணங்களிலிருந்து பிரச்சாரம் செய்து அவர்களின் உள்ளத்தில் ஆர்வத்தை எழுப்பிட வேண்டும்.

ஒரு கம்யூனிஸ்டாக இருப்பவன் (அவன் மார்க்சீய வாதியாக இருக்கும் பட்சத்தில்) மூடப்பழக்க வழக்கங்கள், மத நம்பிக்கையில் மூழ்கிக்கிடக்கும் வளர்ச்சியடையாத மக்கள் மனத்தில் அறிவுப் பூர்வமான ஆர்வத்தை மத விஷயங்களில் தூண்டி, விஞ்ஞானப் பூர்வமான விமர்சனம் செய்து மதத்தின் பிடியிலிருந்து அவர்களை விடுவிக்கப் பாடுபட வேண்டும். இல்லையெனில், மார்க்சீயவாதி என்ற பெயரில் மார்க்சீயத்தை கொச்சைப்படுத்துபவனாகத்தான் ஒரு கம்யூனிஸ்ட் இருக்க முடியும்."

இந்தத் துறையில் இந்நூல் ஓரளவாவது பயன்படும் என நம்புகிறேன்.

**ஏ.எஸ்.கே**

ஏ.எஸ்.கே

# நாஸ்திகம்

கம்யூனிஸ்டுகள் நாஸ்திகர்கள் தானா? ஆம்! கம்யூனிஸ்டுகள் நாஸ்திகர்கள் தான். ஆனால் நாஸ்திகம் என்பது 'அ'னா 'ஆ'வன்னா தான். கம்யூனிஸ்டுகள் மேலும் பல படிகள் சென்று தர்க்க இயல் பொருள் முதல்வாதிகள் (Dialectical Materialists) ஆவார்கள்.

'பொருள் முதல் வாதம்' என்றால் என்ன என்பதை முதலில் பார்த்துவிட்டு பிறகு 'தர்க்க இயல் பொருள் முதல்வாதம்' என்றால் என்ன என்பதைப் பார்ப்போம்.

ஆரம்ப நாளிலிருந்து தத்துவ ஞானிகள் இரு முகாமாகப் பிரிந்து நின்றனர். ஒரு சாரார் எண்ணம் முதல் வாதிகள் (Idealist) என்றும் மற்றொரு சாரார் பொருள் முதல்வாதிகள் என்றும் இரு முகாம்களாக இருந்தனர்.

எண்ணம் முதல்வாதிகள் கூறுவதாவது:

ஆத்மார்த்த, அதாவது பொருள் அல்லாத எண்ணந்தான் ஆதி முதல் என்றும், பொருள் என்பது இரண்டாம் பட்சமென்றும், எனவே பல மதங்கள் நம்புவது போல் இவ்வுலகத்தையும், பிரபஞ்சத்தையும் கடவுள் சிருஷ்டித்தார் என்பதை வலியுறுத்தி வருகிறார்கள். உண்மையில் இந்த வாதம் எண்ணத்தைப் பொருளிலிருந்து பிரித்து, அதை மேன்மைப் படுத்துவதேயாகும். சுருங்கக் கூறின், புராணக் கதைகளையும், மதத்தையும் இது மெருகுபடுத்துவதே ஆகும். எதார்த்த பிரத்தியட்ச உலகத்தைப் பார்க்க மறுப்பதும், எனவே சமுதாயத்தில் உற்பத்தி சக்திகளின் வளர்ச்சியையும், உற்பத்தி உறவுகளையும் பார்க்க மறுப்பதுடன் சமுதாயத்தில் உள்ள சுரண்டலை ஒழிக்க வழி தேடுவதற்குப் பதிலாக, மனிதன் மனிதனைச் சுரண்டும் அநீதியை நியாயப்படுத்துவதும், மண்ணுலகில் மனிதன் படும் கஷ்டங்களுக்கும் துன்ப துயரங்களுக்கும் விடுதலை விண்ணுலகில் உண்டு என்று கூறுவதுமேயாகும். இதைத்தான் எல்லா மதங்களும் கூறி

வருகின்றன. ஊசியின் காதில் ஒட்டகம் நுழைந்தாலும் நுழையலாம், ஆனால் பணக்காரன் சுவர்க்கலோகத்தில் நுழையவே முடியாது என்பது இவ்வுலகில் ஏழை ஏழையாகவே இருக்க நியாயப்படுத்த ஒரு கருவியாக உள்ளது.

வேதாந்தமும், கன்பூசியானிசமும் (சீன தத்துவ ஞானம்) கிழக்கிலும், பிளாட்டோ, காண்ட் முதலிய தத்துவ ஞானம் மேற்கத்திய நாடுகளிலும், சமுதாய அமைப்பை அப்படியே பேணிக் காக்க பேருதவி அளித்தன. நாம் காணும் உலகம் உண்மையல்ல, அது பொய், அது ஒரு மாயை என்றுதான் எண்ணம் முதல்வாதிகள் அன்று முதல் இன்றுவரை கூறி வந்துள்ளனர். ஆகவே உண்மையை அறிய வேண்டுமென்றால், அழியாப் பொருளாகிய கடவுளை அடைய வேண்டும் - இதுதான் எண்ணம் முதல்வாதிகளின் பிரதான கருத்தாகும்.

நாஸ்திகம் இவை அனைத்தையும் மறுக்கிறது. இயற்கைக்கு அப்பாற்பட்ட பூதங்களுமில்லை, பேய் பிசாசும் இல்லை, கடவுளும் இல்லை, இறந்த பிறகு வேறு உலகமும் இல்லை. வாழ்வும் இல்லை என்று நாஸ்திகம் ஆணித்தரமாக கூறுகிறது.

மதம் எவ்வாறு எச்சூழ்நிலையில் தோன்றுகிறது என்றும், ஏன் தோன்றியது என்றும் கூறுவதுடன், விஞ்ஞான ரீதியாக பிரபஞ்சத்தைப் படித்து, அந்நிலையிலிருந்து மதக் கோட்பாடுகளையும், மூடப்பழக்க வழக்கங்களையும் ஈவிரக்கமின்றி நாஸ்திகம் அம்பலப்படுத்துகிறது. மதம் சமுதாயத்தில் ஆற்றும் பணியை அறவே வெறுத்து, மதத் தீமைகளையும், மதத்தையும் ஒழிக்க நாஸ்திகம் அயராது பாடுபடுகிறது.

விஞ்ஞானம் வளர வளர, நாஸ்திகம் தோன்றி, பரிணாம வளர்ச்சி பெற்றுத் தழைத்தோங்கி வளர்கிறது.

மனித சரித்திரத்தின் ஒவ்வொரு கால கட்டத்திலும் எந்த அளவு மனிதன் அறிவு வளர்ந்துள்ளது என்பதை நாஸ்திக வளர்ச்சியே எடுத்துக் காண்பிக்கிறது. இத்துடன் அவ்வப்போது எந்தெந்த வர்க்கங்கள் தங்களுடைய நலன்களுக்காக நாஸ்திகத்தை ஒரு தத்துவார்த்த ஆயுதமாக உபயோகப்படுத்தி வந்தது என்பதையும் எடுத்துக் காண்பிக்கிறது.

நாஸ்திகத்தின் உண்மையான உள்ளடக்கமும் அதன் ஒவ்வொரு வடிவத்தின் குறைபாடுகளும் எதார்த்த சமுதாய பொருளாதார நிலைகளாலும், விஞ்ஞான வளர்ச்சி மட்டத்தாலும் பொருள் முதல்வாத தத்துவத்தாலும் நிர்ணயிக்கப்படுகிறது.

மதத்தை எதிர்த்து நாஸ்திகம் போராடுவது வர்க்கப் போராட்டத்துடன் பின்னிப் பிணைந்துள்ளது.

அடிமைச் சமுதாயத்திலேயே நாஸ்திகம் தத்துவார்த்தக் கொள்கையாகத் தோன்றியது. ஹராக்கிளிடஸ், டெமாக்கிரடஸ், எபிகுரஸ், செனோபேன்ஸ் போன்றவர்களுடைய நூல்களில் பல நாஸ்திகக் கருத்துக்களைக் காணலாம்.

உலகில் ஏற்படும் பல நிகழ்ச்சிகளும் இயற்கைக் காரணங்களால் ஏற்படுகின்றன என்று கூறி மத நம்பிக்கையை இவர்கள் எதிர்த்த போதிலுங்கூட, கடவுள் நம்பிக்கையை பூரணமாகக் கொண்டவர்களே இவர்கள்.

மத்திய காலத்தில் தேவாலயமும் மதமும் (Church and Religion) மிகப் பெரிய சக்தியாக இருந்தபோது நாஸ்திகம் பெரிய அளவு மதத்தின் செல்வாக்கை உடைத்தெறிந்தது. நிலப்பிரபுத்துவ சமுதாயத்தை தகர்த்தெறிந்தது, பிரெஞ்சுப் புரட்சி வெற்றி பெற நாஸ்திகமும் பகுத்தறிவும் பெருந்துணையாக இருந்தது. ரஷ்ய புரட்சிக்காரர்களின் நாஸ்திகம் மிக சக்தி வாய்ந்ததாகவும் முன்னுக்குப் பின் முரணற்றதாகவும் இருந்தது. நாஸ்திகம், மார்க்சிசம் - லெனினிசத்தில் தான் பூர்ண வடிவத்துடன் உள்ளது.

மார்க்ஸிஸ்ட் நாஸ்திகத்தின் தத்துவார்த்த அடிப்படைதான் தர்க்க இயல் பொருள் முதல்வாதமும், சரித்திர இயல்பொருள் முதல்வாதமும் ஆகும்.

மார்க்ஸிஸ்ட் நாஸ்திகம், தீவிரமானது - புரட்சிகரமானது. சரித்திரத்திலேயே முதல் தடவையாக எல்லாக் கோணங்களிலிருந்தும் மதத்தைத் தாக்குவதுடன் அதனை அடியோடு ஒழிக்க வழி வகைகைள மார்க்சிஸ்ட் நாஸ்திகம் வகுத்துக் கொடுக்கிறது.

மதத்தை அடியோடு பிடுங்கி எறிய, அதன் சமுதாய வேர்களை வெட்டி எறிய கம்யூனிஸ்ட் சமுதாயத்தை கட்டி வளர்க்கும் தறுவாயில் முடியும்.

பொருள் முதல்வாதம், எண்ணம் முதல்வாதத்திற்கு நேர் முரணானது. சாதாரண மனிதர் தெளிவாகப் பார்க்கக் கூடிய விஷயத்தை அடிப்படையாகக் கொண்டது பொருள் முதல்வாதம். இவ்வுலகம் எண்ணத்தால் ஏற்பட்டதல்ல. உண்மையில் உலகம் உண்டு. அது புற நிலைப்பட்டது. தத்துவார்த்த உலகக் கண்ணோட்டம் இந்த தன்னிச்சைப் பொருள் முதல்வாதத்தை விஞ்ஞான ரீதியாகக் காரணம் கூறி பலப்படுத்துகிறது.

தத்துவார்த்தப் பொருள் முதல்வாதம் பொருள் ஆதி முதல் என்றும், எண்ணம் - கருத்து இரண்டாம் பட்சமென்றும் கூறுகிறது. இதன் அர்த்தமென்ன? உலகம் சாசுவதமானது, அது கடவுளால் சிருஷ்டிக்கப்பட்டதல்ல. அது காலத்திலும், வெட்ட வெளியிலும் எல்லையற்றது, முடிவற்றது என்பதே.

உணர்வும், எண்ணமும் பொருளின் இன்றியமையாத குணமாகும்; எனவே எதார்த்த உலகத்தின் பிரதி பிம்பமாகும். ஆகவே உலகத்தை உணர முடியும்.

தத்துவ ஞானத்தின் சரித்திரத்தில் பொருள் முதல்வாதம், சமுதாயத்தில் உள்ள முற்போக்கு வர்க்கங்களின் உலகை சரிவர புரிந்து கொண்டு இயற்கையை மேலும் மேலும் மனித சக்திக்குள் கொண்டு வர வேண்டும் என்ற அவாதான். விஞ்ஞான வளர்ச்சியை மதிப்பீடு செய்வதன் மூலம் பொருள் முதல் வாதமும், விஞ்ஞான அறிவை மேலும் வளர்த்தது; விஞ்ஞான முறைகளைப் பலப் படுத்தியது. இவை அனைத்தும் மனிதனுடைய நல உரிமைகளை மேலும் வளர்த்தது. உற்பத்தி சக்திகளை மேலும் அபிவிருத்தி செய்ய உதவியது. பொருள் முதல்வாதத்திற்கும், விஞ்ஞானத்திற்கும் இடையே உள்ள உறவு இவ்விரண்டின் வளர்ச்சிக்கும் சாதகமாக இருந்தது. இந்தியா, சீனா, கிரீஸ் போன்ற நாடுகளில் அடிமைச் சமுதாயத்திலேயே வான சாஸ்திரம், கணித சாஸ்திரம் போன்ற பல துறைகளில் மெய்ஞான அறிவு வளர அங்கு பொருள் முதல்வாதக் கருத்துக்கள் தோன்றத் தொடங்கின.

புராதன பொருள் முதல்வாதத்தின் பொதுவான தன்மை கபடமற்றதேயாகும். இதை சார்வாகர் தத்துவ ஞானத்திலும், ஹெராகுடஸ், எபிகுரஸ் தத்துவ நூல்களிலும் பார்க்கலாம். உலகம் மனித எண்ணத்தால் ஏற்பட்டதல்ல; அது மனிதன் தோன்றுவதற்கு முன்னரே இருந்தது என்று மேற்கூறிய தத்துவ ஞானிகள் கூறி உள்ளனர். இயற்கைத் தோற்றம் பலதிறப்பட்டதில் பொதுவான தொன்று இருக்க வேண்டும் என்றனர் புராதன பொருள் முதல் வாதிகள். அந்தக் காலத்திலேயே ஒரு உண்மையைக் கூறிய பெருமை அவர்களைச் சாரும் - அதாவது ஒரு பொருளின் சிறுதுளி அணு என்று கூறினர். புராதன பொருள் முதல்வாதிகள் பலர் அவர்கள் அறியாமலேயே தர்க்க இயல்வாதிகளாக இருந்து வந்தனர். ஆனால், பொருள் முதல்வாத வளர்ச்சியில், தர்க்க இயல் அடிப்படைகளிலும் புராதன பொருள் முதல்வாதிகள் இயற்கையே கடவுளென்று சரளமாக உபயோகப்படுத்தி இருப்பதைக் காணலாம்.

ஐரோப்பாவில் 17-18வது நூற்றாண்டுகளில் பொருள் முதல்வாதம் தழைத்தோங்கி வளரத் தொடங்கியது. பேக்கன், கலிலியோ, ஹாப்ஸ், பினோசா, லாக் முதலியோர் பிரசித்தி பெற்ற பொருள் முதல்வாதிகளாக விளங்கினர். அப்போதுதான் இளம்பருவத்தில் இருந்த முதலாளித்துவத்தின் அஸ்திவாரத்தின் மீது பொருள் முதல் வாதம் வளரத் தொடங்கியது. உற்பத்தி, இயந்திர வளர்ச்சி வளரத் தொடங்கியது. உற்பத்தி, இயந்திர வளர்ச்சி விஞ்ஞானத்தின் மீது பொருள் முதல்வாதம் ஆதாரப்பட்டு நின்றது. வளர்ந்துவரும் முற்போக்கு பூர்ஷ்வா - வர்க்கத்தின் நல உரிமைகளைப் பேணிக் காக்கும் முறையில், பொருள் முதல்வாதம் பழைய மூடப்பழக்க வழக்கங்களையும், மடாதிபதிகளின் அதிகாரத்தையும் எதிர்த்துப் போராடியது. மிக விரைவாக வளர்ந்துவரும் பொறிநுட்பவியலுடன் (Mechanics) கணித சாஸ்திரத்துடனும் சேர்ந்து வளர்ந்த 17-18ம் நூற்றாண்டின் பொருள் முதல்வாதம் இயல்பாகவே யாந்திரீகமாக இருந்தது. அது இயற்கையை பல்வேறு பாகங்களாக்கி பிரிவு ஆராய்ச்சி செய்ததே தவிர, இவற்றை இவ்வாராய்ச்சிக்குப் பின் ஒன்று சேர்ந்து ஒட்டுமொத்தமான நிகழ்ச்சியாகப் பார்க்கவில்லை. 18ம் நூற்றாண்டின் பிரெஞ்சு பொருள் முதல்வாதிகளான ஹால்பாக், ஹெல்வீடியஸ் ஆகியோர் அசைவு பொருளின் இன்றியமையாத குணம் என்றனர். இவ்வாறு கூறியதன் மூலம் 17-ம் நூற்றாண்டின் பொருள் முதல்வாதிகளின் பல முரண்பாடுகளையும் தகர்த் தெறிந்தனர். எல்லாவித பொருள் முதல் வாதத்திற்கும், நாஸ்திகத் திற்கும் உள்ள ஜீவ பிணைப்பை 18ம் நூற்றாண்டின் பொருள் முதல்வாதிகளிடம் காணலாம்.

புவர்பாக் (Feurebach) பொருள் முதல்வாதியாக இருந்தும் தியான சிந்தனையில் மூழ்கிப் பிரிந்து கிடந்தார்.

19வது நூற்றாண்டின் பிற்பகுதியில் ரஷ்ய நாட்டு பொருள் முதல்வாதிகள் புரட்சிகர ஜனநாயகவாதிகளாக காட்சி அளிக் கின்றனர் - பெலின்ஸ்கி, ஹெர்சான், செர்னிசாவஸ்கி முதலியோர். இவ்வாறிந்த பொருள் முதல்வாதம் பரிணாம வளர்ச்சியில் தர்க்க இயல் பொருள் முதல்வாதமாகக் காட்சியளிக்கிறது.

எனவே, நாஸ்திகம் பொருள் முதல்வாதத்திற்கு இன்றியமையாத தாகும்.

இன்று முதலாளித்துவ சமுதாயத்தை கடுமையாக எதிர்த்து நிற்கும் தத்துவம் தர்க்க இயல் பொருள் முதல்வாதமாகும். இதைக் கண்டு பூர்ஷ்வா அடிவருடிகள் (முதலாளி தாசர்கள்) பொருள் முதல் வாதத்தையும், நாஸ்திகத்தையும் அவதூறு செய்ய முன் வந்துள்ளனர்.

தர்க்க இயல் பொருள் முதல்வாதிகள் அறுசுவையோடு அன்னம் உண்டு, மடவாரோடு மந்தனம் கொள்வதுதான் அவர்கள் குறிக்கோள் என்று தீவிர பிரச்சாரத்தில் இறங்கியுள்ளனர்.

இது உண்மைக்கு முற்றிலும் மாறுபட்டதாகும். தர்க்க இயல் பொருள் முதல்வாதிகள் அனைவரும் லட்சியவாதிகள். சுரண்டலற்ற, வர்க்க பேதமற்ற, எல்லோருக்கும் வேலை, எல்லோருக்கும் உணவு, எல்லோருக்கும் உடை, எல்லோருக்கும் எல்லாம் என்ற உன்னத சமுதாயத்தைப் படைக்க வேண்டுமென்பதே அவர்கள் லட்சியம். தர்க்க இயல் பொருள்முதல்வாதிகள் மனிதப் பண்பாட்டில், மனிதாபிமானத்தில் மிகச் சிறந்தவர்கள். அறத்திலும், ஒழுக்கத்திலும், இன்றுள்ள பூர்ஷ்வா- சமுதாயத்தில் உள்ள ஆஸ்திகர்களுக்கு தர்க்க இயல் பொருள் முதல்வாதிகள் இளைத்தவர்கல்ல, சளைத்தவர்களல்ல.

அறத்தாறு இதுவென வேண்டா சிவிகை
பொறுத்தானோடு உர்ந்தான் இளை (குறள்)

# தத்துவம்

எண்ணம் முதல்வாதியான ஜெர்மானிய தத்துவ ஞானி ஹெகல் தர்க்க இயல் முறையை பயன்படுத்தினார். ஆனால் அவருடைய எண்ண முதல்வாதம் அவரை எங்கோ இட்டுச் சென்றது. இருந்த போதிலும் உலகம் இயற்கையாக சரித்திரப் பூர்வமாய், அறிவுக்கு எட்டும் வகையில் மாறிக் கொண்டே இருந்து வருகிறது என்றும், இம்மாற்றங்கள் ஏற்பட என்ன காரணங்கள், இவை எப்படி தொன்று தொட்டு உள்ளன என்பதையும் ஹெகல் முதன் முதலாகக் கூறினார். தர்க்க இயல், மாற்றத்தின் இன்றியமையாதது; அது உயிர் போலுள் ளது; அது இன்றி விஞ்ஞானத்திற்கு உயிரில்லை என்று ஹெகல் கூறினார்.

"தர்க்க இயல் புரட்சியின் கணித சாத்திரம்" என்று அன்றே கூறப் பட்டது. ஆனால் ஹெகல் எண்ணம் முதல் வாதியாக இருந்ததன் காரணமாக அவரது தத்துவம் மேற்கொண்டு முன்னே செல்ல முடியாமற் போய்விட்டது.

காரல் மார்க்ஸ் *(1818-1883)* பிரடெரிக் ஏங்கல்சும் *(1820-1895)* தலைகுப்புற இருந்த ஹெகலின் தத்துவத்தை எதிர்த்து தர்க்க இயல் பொருள் முதல்வாதத்தை வலியுறுத்தினர். "தத்துவ ஞானிகள் உலகத்தை வியாக்கியானம் செய்துள்ளனர். நமது கடமை அதை மாற்றியமைப்பதே" என்று மார்க்ஸ் கூறினார். மார்க்சும், ஏங்கல்சும் முதன் முதலாக தர்க்க இயல் பொருள் முதல்வாதத்தை முழுக்க உபயோகப் படுத்தினார்கள். ஆனால் தர்க்க இயல் பொருள் முதல் வாதத்தைப் பற்றி மார்க்சோ, ஏங்கல்சோ விளக்க நூல் எதுவும் எழுதவில்லை. ஏங்கல்ஸ் "டயலிக்டிக்ஸ் ஆப் நேச்சர் *(Dialectics of Nature)* இயற்கையின் தர்க்க இயல் என்றதோர் அரியநூலை இயற்றி உள்ளார். ஆனால் மார்க்சும், ஏங்கல்சும் அவர்கள் எழுதிய எண்ணற்ற நூல்களிலும் தர்க்க இயல் பொருள் முதல்வாதத்தை அஸ்திவார மாகக் கொண்டு, பிரபஞ்சத்தையும் உலகத்தையும், மனித

சமுதாயத்தையும் விளக்கிக் கூறி, மனித வர்க்கத்தின் தலையாய கடமை இவ்வுலகத்தை மாற்றியமைப்பதுதான், அதை எவ்வாறு எப்படிச் செய்யவேண்டும் என்பதை பசுமரத்தில் பதிந்த ஆணி போல் கூறி உள்ளனர்.

மார்க்சிசத்தின் சாரம் பொருள் முதல்வாத தர்க்க இயல் என்று கூறலாம். "மார்க்சிசத்தின் உயிர் தர்க்க இயல்பொருள் முதல்வாதமே" என்று லெனின் கூறுகிறார். மார்க்ஸ், ஏங்கல்ஸ் ஆகியவர்களுக்குப்பின், லெனின் தர்க்க இயல் பொருள் முதல் வாதத்தை மிகச் சிறந்த முறையில் அனுஷ்டித்துள்ளார்.

தர்க்க இயல் பொருள் முதல்வாதம் என்பது மார்க்சிஸ சமுதாயத்தையும், இயற்கையையும் புரிந்து கொள்ள அது ஒரே வழியாகும். அதன் வெளிச்சத்தில் உலகில் உள்ள அநீதியையும், அக்கிரமத்தையும் நோக்கி, சுரண்டலற்ற உன்னதமானதோர் சமுதாயத்தைச் சமைக்க முடியும் என்பதை சரித்திரம் நிரூபித்துள்ளது.

தர்க்க இயல் பொருள் முதல்வாதத்தின் அடிப்படையில் நிகழ்ச்சிகளின் எல்லா அம்சங்களையும் தெளிவாக உணர முடியும். "எண்ணம்" முதல், அதன் பிரதிபிம்பம் தான் இவ்வுலகு என்று ஹெகல் கூறியதை மார்க்ஸ் மறுத்து "எண்ணம்" என்பது இவ்வுலகின் பிரதிபிம்பம், உலகில்லையெனில் எண்ணம் என்பதற்கு இடமே இல்லை என்கிறார்.

இயற்கையும், உலகமும் இயங்கி வருவதிலிருந்து தர்க்க இயல் விதிகளை உணரமுடியும். இதற்கு நேர்மாறாக தர்க்க இயல் விதிகள் முதலில் ஏற்பட்டன என்றும் அதன்படி இயற்கையும் உலகமும் இயங்கி வருகின்றன என்றும் ஹெகல் கூறுவது "எண்ணம் முதல்" வாதத்தை வலியுறுத்துவது தான் என்று ஏங்கல்ஸ் கூறுகிறார்.

ஒவ்வொரு பொருளிலும் முரண்பாடு உண்டு. இம்முரண்பாடு தான் பொருளுக்கு அசைவையும், உயிரையும், வளர்ச்சியையும் ஏற்படுத்தக் காரணமாக உள்ளது. முரண்பாடு இல்லையேல் அசைவில்லை, உயிரில்லை, வளர்ச்சியில்லை. இதற்கு நேர்மாறாக "கடவுள் ஒருவர் உண்டு, அவர்தான் எல்லா உயிருக்கும் உத்தரவாத மளிப்பவர், அவர் இன்றி ஓரணுவும் அசையாது" என்று எண்ணம் முதல்வாதிகள் கூறி வருகின்றனர்.

தர்க்க இயல் பொருள் முதல்வாதத்தின் பொது விதிகள் பிரபஞ்சத் திற்கே உரியதாகும். எனவே, வானத்தில் உள்ள நட்சத்திரங்களின் உற்பத்தி, அவை உலகத்திலிருந்து எவ்வளவு தூரத்தில் இருக்கின்றன

என்பன போன்றவைகளை இவ்விதிகளின் அடிப்படையில், விஞ்ஞான ரீதியாக உணர முடியும். ஜீவராசிகளும், மரஞ்செடி கொடிகளும் இயங்கும் முறைகள் தர்க்க இயல் பொருள் முதல்வாத விதிகளை மெய்ப்பிக்கின்றன.

ஆகவே, தர்க்க இயல் பொருள் முதல்வாதத்தைக் கொண்டு, பொருள் என்றால் என்ன, உயிர் என்றால் என்ன, மனிதன் எவ்வாறு தோன்றினான். உலகம் எப்பொழுது எப்படித் தோன்றிற்று, அதன் அசைவு என்ன, அது மறையும் காலமுண்டா, மனிதன் மரண மடைந்தால் அதன் பொருள் என்ன, வேறு ஜன்மமுண்டா, கடவுள் உண்டா என்பன போன்ற எண்ணற்ற தத்துவ ஞானிகளின் பிரச்சனை களுக்குத் தெளிவான பதிலை அறிய முடிகிறது. எனவே தான் மார்க்சிசம் உலக மக்களைக் கவரக்கூடிய தத்துவமாகக் காட்சியளிக் கின்றது. இவைகளைத்தாம் இக்கட்டுரையில் விளக்க விரும்பு கிறோம்.

பொருள் (Matter) எண்ணத்தால் ஏற்பட்டதல்ல. மனிதன் "எண்ணம்" ஏற்படுவதற்கு முன்னரே, அதாவது மனிதன் தோன்று வதற்கு எத்தனை எத்தனையோ ஆண்டுகளுக்கு முன்னரே உலகம் இருந்து வந்தது. விஞ்ஞானிகளின் கணக்குப்படி உலகம் ஏற்பட்டு 500 கோடி ஆண்டுகள் ஆகின்றன. ஆனால் மனிதன் உலகத்தில் தோன்றி 10 இலட்சம் ஆண்டுகள்தான் ஆகின்றன. என்று விஞ்ஞானிகள் கணக்கிட்டுக் கூறுகின்றனர்.

உலகில் உள்ள எல்லாப் பொருள்களும் ஸ்தூலமான வஸ்து களாகத்தான் உள்ளன. மனிதன் ஒரு காட்டிற்குள் புகுந்து அங்கு என்ன மரங்கள் இருக்கின்றன, என்ன விலங்குகள் இருக்கின்றன, என்பதைக் கண்டுபிடிக்கவில்லை என்ற காரணத்தால் அம் மரங்களோ, விலங்குகளோ அங்கு உண்மையில் இல்லை என்று கூறுவது யதார்த்தத்திற்கு புறம்பானதாகும். எனவே பொருள்கள் புறநிலையுடன் உள்ளன என்பதுதான் உண்மையாகும். இதை தத்துவஞானிகளில் ஒரு சாரார் மறுக்கின்றனர்.

நமது நாட்டின் பெரும்பாலான தத்துவஞானிகள் இவ்வுலகம் 'மாயை' என்றும், நமது இல்வாழ்க்கை அதுவே என்றும், நாம் அருந்துவது, பார்ப்பது அனைத்தும் 'மாயை' என்றும் பிறப்பதும், இறப்பதும் அதுவே என்றும் கூறி வந்துள்ளார். கடவுள்தான் 'மாயை' அல்ல என்றும், மறு பிறப்பில்லாமலிருக்க கடவுளை தியானம் செய்து, கடவுளின் பாதார விந்தத்தை அடைவதுதான், "மாய உலகத்தை" விட்டு உண்மை உலகத்தை அடைவதாகும் என்று கூறி வந்துள்ளனர்.

இந்தத் தத்துவத்தை, தர்க்க இயல் பொருள் முதல்வாதம் அடியோடு மறுக்கின்றது. பொருள் என்பது மனிதனுடைய ஐம்புலன்களால் அறியக்கூடியது. ஸ்தூலமானது, புறநிலை உடைத் தாயுள்ளது. நாம் காணும் எல்லாப் பொருள்களும் உண்மையில் உள்ளன. அவைகளை வெறுந்தோற்றம், மாயை என்று கூறுவது உண்மையை மறுப்பதாகும்.

பொருள்களின் ஆதி அணுவென்றும், அணுவை உடைக்கவே முடியாது என்றும் 18வது நூற்றாண்டில் தத்துவ ஞானிகள் கூறி வந்தனர். ஆனால் இன்று அணுவும் உடைக்கப்பட்டுள்ளது. எனவே பொருள் அழிக்கப்பட்டுவிட்டது. பொருள் சாஸ்வதமில்லை என்று சில தத்துவ ஞானிகள் கூறத் தொடங்கியுள்ளனர்.

பொருளுக்கு அழிவே இல்லை. பொருள் எப்பொழுதும் இருந்து வந்தது, இனியும் எக்காலத்திற்கும் இருந்து வரும் என்று விஞ்ஞானம் தெள்ளத் தெளிவாக எடுத்துரைக்கின்றது. பொருள் தனது தோற்றதையோ, இயங்கும் முறையையோ சில குறிப்பிட்ட சூழ்நிலையில் மாற்றிக் கொள்ளலாம். ஆனால் அது அழிந்து விடுவதில்லை. விறகை அடுப்பில் இட்டுக் கொளுத்தினால் விறகு - விறகாக இருப்பதில்லை, சாம்பலாக மாறுகிறது.

சூன்யத்திலிருந்து எதுவும் ஏற்பட முடியாது. எப்பொருளும் சூன்யமாக மாற முடியாது. இதை விஞ்ஞானம் தெளிவுபடுத்தி உள்ளது. எனவே, கடவுள் இவ்வுலகத்தையோ பிரபஞ்சத்தையோ சூன்யத்திலிருந்து படைத்தார், அல்லது உலகம் ஏற்படவேண்டும் என்று நினைத்தார், கண்ணைத் திறந்து பார்க்க உலகத்தைக் கண்டார் என்று சில வேதங்கள் கூறுவது விஞ்ஞானத்திற்கும், பகுத்தறிவுக்கும் ஒவ்வாத மூட நம்பிக்கையாகும்.

பொருள் வேறு, அசைவு வேறு என்றும், அசைவைக் கடவுள் ஏற்படுத்தினார் என்னும் சில தத்துவ ஞானிகள் கூறுகிறார்கள். இதை விஞ்ஞானம் முற்றிலுமாக மறுக்கின்றது. அசைவில்லாமல் பொருள் இல்லை. எல்லாப் பொருள்களிலும் அசைவு பொதிந்து கிடக்கிறது என்று விஞ்ஞானம் கூறுகிறது. உதாரணமாக அணுவை உடைத்ததில் அணுசக்தி என்பது மின்சாரசக்தி என்பதை விஞ்ஞானம் பளிங்கு போல் எடுத்துக் காண்பிக்கிறது.

வானவெளியும், நேரமும் ஸ்தூலமானவை அல்ல என்றும், இவை தெய்வீகத் தன்மை வாய்ந்தவை என்றும் விஞ்ஞானிகள் கூறுகின்றனர்.

இந்த தெய்வீகக் கருத்தை ஆல்பர்ட் ஐன்ஸ்டீன் (1879-1955) என்ற விஞ்ஞானி தவிடு பொடியாக்கி உள்ளார். வெட்டவெளியும், நேரமும் பொருளை ஒட்டித்தான் உள்ளன என்றும், பொருள் இல்லை என்றால் வெட்ட வெளியும், நேரமும் அர்த்தமற்ற சொற்களாகத்தான் இருக்கும் என்பதை விஞ்ஞானப் பூர்வமாக விளக்கியுள்ளார்.

உதாரணமாக நேரம் என்பது எல்லாப் பொருள்களுக்கும் எல்லாக் காலத்திலும் ஒன்றல்ல. உலகில் உள்ளவர்களுக்கு ஒரு மணி நேரம் ஆயிற்று என்றால், மின்னல் வேகத்தில் செல்லும் ராக்கெட்டுக்கும் அதே ஒரு மணி நேரம் ஆகாது. ஒரு ராக்கெட்டில் மனிதன் மூன்று வருடங்கள் சென்று கொண்டிருந்தான் பிறகு உலகத்திற்கு திரும்பி னான் என்றால், உலகில் 360 வருடங்கள் கடந்து போயிருக்கும். இதை விஞ்ஞானிகள் கண்டு பிடித்துள்ளனர் அதாவது ராக்கெட் டிற்கும், உலகத்திற்கும் வெவ்வேறு நேரமாகும். நேரம் என்பது அசைவின் மீது ஆதாரப்பட்டுள்ளது. அசைவு வேகத்தின் மீது ஆதாரப்பட்டுள்ளது. எவ்வளவு அதிவேகமாக ஒரு பொருள் அசை வற்றுள்ளதோ அவ்வளவு அதிமெதுவாக நேரம் அப்பொருளின் மீது செல்லும் என்று சொல்லலாம்.

அதே சமயத்தில், வானவெளியும் இனநோக்கு (Relative) கொண்டதே. அதாவது ஒரு ரயில்வண்டி வேகமாகச் சென்று கொண்டிருக்கிறது என்று வைத்துக்கொள்வோம். வண்டியில் உள்ள ஒருவருக்கு ஸ்டேசன் பிளேட்பாரம் மிகக் குறுகியது போல் காட்சியளிக்கும். அதே சமயத்தில் அந்த ஸ்டேசன் பிளேட்பாரத்தில் நின்று கொண்டு வண்டியை பார்ப்பவர்க்கு அந்த வண்டியின் நீளம் மிகக் குறுகியது போல் காட்சியளிக்கும் எனவே வெட்ட வெளி இனநோக்கு கொண்டதாகும்.

கடவுள் வழிபாட்டைப் பின்பற்றுபவர்களில், இவைகளைக் கண்டு, வெட்டவெளியும் நேரமும் மாயை என்று கூறுகின்றனர். அதாவது நாம் காணுவது உண்மையல்ல, வெளித்தோற்றம்தான், உண்மையை அறிய ஆண்டவன் அருகாமையில் செல்ல வேண்டும் என்று சொல்கிறார்கள். இக்கருத்துகள் மனிதனை செயலற்றவனாக்கி "எனையாளும் ஈசன் செயல்" என்று கைகட்டி வாய்பொத்தி மௌனி யாக்கத்தான் உதவுமே தவிர வேறொன்றுமில்லை.

# உலகம் ஏற்பட்ட கதை

உலகத்தை ஈசன் படைத்தான், எல்லா ஜீவராசிகளையும் படைத்தது அவனே, மனிதனை தன் சாயலில் படைத்தான், இவை அனைத்தும் அவன் விந்தை, எனவே ஈசனைத் தொழுவதும், அவன் கட்டளைப் படி நடப்பதுமே மனிதனின் வாழ்நாள் வீணாகாமலிருக்க ஒரே வழி என்று எல்லா மதங்களும் கூறி வருகின்றன. இக்கருத்துகளை குழந்தைப் பருவத்தில் இருந்தே தாய் புகட்டி வருவதால் வயது வந்த பிறகும் விஞ்ஞானத்திற்கும், பகுத்தறிவுக்கும் நேர் முரணாகவே இம் மூடநம்பிக்கையில் பெரும்பான்மையான மக்கள் மூழ்கிக் கிடக்கின்றனர்.

உலகம் எவ்வாறு ஏற்பட்டது என்பதை விஞ்ஞானிகள் மிகத் தெளிவாகக் கூறி உள்ளனர். இவ்வாறு உலகம் ஏற்படுவதில் கடவுளுக்கு எந்தப் பங்கும் இல்லை என்பதை இக்கட்டுரையில் காணலாம்.

முதன் முதலாக வேதங்கள் உலக - உற்பத்தியை எவ்வாறு சித்தரிக்கின்றன என்பதைப் பார்ப்போம்.

என்றும் சிரஞ்சீவியாகிய கடவுள் யாவற்றையும் படைத்தார் என்றும், அவர் உயிர், உயிரில்லாத பொருள் அனைத்திலும் புகுந்து நிற்பதோடு, எல்லாப் பொருள்களுக்கும் அவர்தான் இருப்பிடம் என்றும், எல்லாப் பொருள்களும் அவருள் அடங்கி இருந்தது என்றும் அதர்வண வேதம் கூறுகிறது. ஆதியில் எண்ணம் இருந்ததாகவும், உலகத்தைப் படைக்க வேண்டும் என்ற ஆசை இந்த எண்ணத்திற்கு ஏற்பட்டதாகவும், இதன் விளைவாக இப்பிரபஞ்சம் தோன்றியதாகவும் இவ்வேதம் கூறுகிறது.

பிரம்மணா என்ற வேதம் பிரபஞ்சத்தைப் படைக்க சிருஷ்டி கர்த்தா ஒருவன் உண்டு என்று கூறி அதிலிருந்து பரிணாம வளர்ச்சியை விளக்க ஆரம்பிக்கிறது.

ஆதி பிரபஞ்சமனைத்தும் வெள்ளக்காடாக இருந்தது என்றும், அந்த வெள்ளத்தில் ஒரு பொன்முட்டை மிதந்து கொண்டிருந்தது என்றும், இந்தப் பொன்முட்டைதான் கடவுள் என்றும் ரிக்வேதம் கூறுகிறது. "இரணிய கர்ப்பம்" இதுதான் என்று ரிக்வேதம் கூறுகிறது. எனவே பொன் முட்டையாக ரிக்வேதத்தில் காட்சியளிக்கும் கடவுள் உலகத்தைப் படைத்தார் என்று இவ்வேதம் கூறுகின்றது.

ஜைன மதம் இதற்கு நேர்மாறாக உலகத்திற்கு ஆதியும் அந்தமும் இல்லை என்றும், அதற்கு காலம் என்பது இல்லை என்றும் எப்பொழுதுமே இருந்துள்ளது. எப்பொழுதுமே இருக்கும் என்றும் கூறுகின்றது.

நெறிவழி உள்ளவன் இன்பத்தை அனுபவிக்கவும், அதற்கு நேர் மாறாக தீய செயலில் ஈடுபடுபவன் துன்பத்தை அனுபவிக்கவுமான இடமே உலகம் என்றும் ஜெயின் மதம் கூறுகின்றது.

மேல் உலகம் யுருத்-வா என்றும், அதில் கடவுளர்கள் வசிக் கிறார்கள் என்றும் கீழ் உலகமாகிய அதோ-என்ற நகரத்தில் பாவம் செய்தவர்கள் தள்ளப்படுகிறார்கள் என்றும் ஜைனமதம் கூறுகின்றது. புண்ணியம் செய்தவர்களின் ஆத்மா கடவுள் வசிக்கும் யுருத்வாவைக் கடந்து மேலே ஆகாயத்தில் சென்று அங்கு தர்மமும் அதர்மமும் இல்லை என்றபடியால் அசைவற்று அப்படியே சாஸ்வதமாக நிற்குமாம் அவர்கள் ஆத்மா.

இப்பிரபஞ்சத்தில் இவ்வுலகம் நீங்கலாக ஈரேழு உலகங்கள் உண்டென்றும் - இவைகளில் மேல் ஏழு - கீழ் ஏழு உலகங்கள் உண்டு என்றும் இவை அனைத்தையும் ஆளும் கடவுள் 'விரத்' என்றும் அவர் கீழ் உள்ள ஒவ்வொரு உலகத்திற்கும் அதிபதியாக உள்ளவரை 'விஸ்வா' என்றும் வேதாந்தத் தத்துவம் கூறுகின்றது.

வேதங்களை எழுதியவர்கள் மனிதர்களே! எனவே அவருடைய கற்பனை எவ்வாறெல்லாம் அவர்களை இழுத்துச் சென்றதோ, அவ்வாறெல்லாம் அவர்களை இழுத்துச் சென்றதோ, அவ்வா றெல்லாம் எழுதி அவைகளை தெய்வவாக்கு என்று கூறியும் இவற்றை எதிர்ப்பவர்கள் கடவுள் நம்பிக்கை இல்லாதவர்கள் என்று கூறியும் மூட நம்பிக்கையைத் திணித்தனர்.

# விஞ்ஞான வளர்ச்சி

எண்ணம் முதல் வாதத்தை எதிர்த்து பண்டைக் காலத்திலேயே இந்தியாவிலுஞ் சரி ஒரு தத்துவம் இருந்து வந்துள்ளது. இதை உலகாயுதவாதம் என்று அழைத்துள்ளனர்.

புராதன இந்தியாவில் லோகாயுத வாதம் உலக உற்பத்தியைப் பற்றி தன் நிலையை தெளிவுபடுத்தி உள்ளது என்று தேவி பிரசாத் சட்டோபாத்தியாயா "லோகாயுதா" என்ற நூலில் விளக்கி உள்ளார்.

எனவே இந்திய தத்துவ சாத்திரத்தில் தெளிவாக இரு சாரார் இருந்து வந்துள்ளார். ஒரு சாரார் இவ்வுலகம் மாயை என்றும், உண்மையான உலகம் வேறொன்று உண்டு - அதுதான் ஈசன் வசிக்கும் சொர்க்கலோகம் என்றும் கூறி வந்துள்ளனர். மற்றொரு சாரார் இவ்வுலகம் மாயை அல்ல; உண்மையாக நம் முன் உள்ளது, ஸ்வர்க்கம் என்றோ நரகம் என்றோ ஒன்றுமில்லை; மனிதன் கற்பனையே அவை என்றும் கூறி வந்துள்ளனர்.

சூரியன், சந்திரன், நவக்கிரங்கள், ஆகாயம் ஆகியவை அனைத்தும் மாயை என்று கூறுவது எவ்வளவு அபத்தமோ, அவ்வாறே இவ்வுலகம் மாயை என்பதும் அபத்தமே.

உலக உற்பத்தியைப் பற்றி விஞ்ஞானம் என்ன கூறுகிறது என்பதை இங்கு சுருக்கமாக விளக்குவோம்.

விஞ்ஞான ஆராய்ச்சியில் உத்தேசம் (hypothesis) என்பதற்கு இடமுண்டு. புதிய கண்டுபிடிப்புகள் விஞ்ஞான உத்தேசத்தை மெய்ப்பிக்கின்றன. ஆனால் சமய நம்பிக்கை, கடவுள் வழிபாடு நம்பிக்கையை வலியுறுத்துகிறது. கடவுள் பக்தி இருந்தால் ஞானக்கண் திறக்கப்படும் என்று சொல்லி மூட நம்பிக்கையை வலியுறுத்துகிறது.

18ம் நூற்றாண்டில் லவாய்சியர் (Lavoisier) என்ற விஞ்ஞானி "பிளஜிஸ்டீன்" கொள்கையை வலியுறுத்தினார். அந்தக் காலத்தில் இருந்த விஞ்ஞானிகள் அனைவருமே அந்தக் கொள்கை சரியென்றே

நினைத்தனர். ஆனால் இறுதியில் அந்தக் கொள்கை தவறானது என்று நிரூபிக்கப்பட்டு விட்டது. பிரீஸ்ட்லி (Priestly) என்ற விஞ்ஞானி பிராணவாயுவைக் (Oxygen) கண்டுபிடித்தார். இதைக் கண்டுபிடிக்கு முன் அவரும் பிளாஜிஸ்டீன் கொள்கையில் பூரண நம்பிக்கை வைத்திருந்தார். ஒரு மெழுகுவர்த்தி சுடர்விட்டு எரிகிறது என்று சொன்னால், காற்றில் பிளாஜிஸ்டின் என்ற ஒரு பொருள் இருப்ப தால்தான் என்று எண்ணி வந்த பிரீஸ்ட்லி, பிராணவாயு காற்றில் இருக்கிறது என்பதைக் கண்டுபிடிக்க அவர் ஏற்கெனவே கொண்டி ருந்த கொள்கை உதவிற்றே தவிர குறுக்கே நிற்கவில்லை.

விஞ்ஞானத்தில் வாழ்க்கையும் அனுபவமும் உரைகல்லாக இருக்கின்றன. ஆனால் சமய வழிபாடு அல்லது கடவுள் நம்பிக்கை, நடைமுறையை உரைகல்லாக கருதுவதில்லை.

எனவே விஞ்ஞானத்திலோ, கணித சாத்திரத்திலோ உத்தேசம் என்பதை மூடப்பழக்க வழக்கங்களில் உள்ள குருட்டு நம்பிக்கை யுடன் ஒப்பிட முடியாது.

வான சாத்திரம் விஞ்ஞானத்தின் ஒரு கிளையாகும். அகண்ட வானம் என்பது என்ன, சூரிய மண்டலம் என்ன என்பன போன்ற விஷயங்களை விஞ்ஞானிகள் விளக்கி உள்ளனர்.

ஆனால் வேதங்களும் புராணங்களும் வான சாத்திரத்தைப் பற்றிக் கூறி உள்ளன. வேதங்களின் வான சாத்திரம் கி.மு. 1500 காலத்தில் ஏற்பட்டவை; கடவுள் வழிபாடு, சமய நம்பிக்கை முதலியவற்றை அடிப்படையாகக் கொண்டவை. எனவே 1962-பிப்ரவரியில் நவகிரகங்களும் ஒன்றோடொன்று சேர்ந்தன என்று சொல்லி இது உலகத்துக்கே பெரிய தீங்கை விளைவிக்கும் என்று ஜோசியம் கூற இந்திய உபகண்டமே நடுங்கிற்று. நமது ஜகத்குருக்கள் பீதியடைந்து கடவுளைத் திருப்தி செய்ய எங்கு பார்த்தாலும் ஓம குண்டங்களை ஆரம்பித்தனர். டன், டன்னாக பசு நெய்யை - நல்ல நெய்யை தீயில் போட்டு மந்திரங்களை ஓதினர். எவ்வளவோ, அரிசி, நவதானியங் களையும் தீயில் போட்டனர். நாட்டில் பசி, பட்டினி தாண்டவமாடிக் கொண்டிருந்த நேரத்தில் கடவுளைத் திருப்தி செய்ய எவ்வளவோ உணவுப் பொருட்கள் அழிக்கப்பட்டன. கடவுள் திருப்திப் பட்டாராம்! நவக்கிரங்களின் நாசச் செயலை தடுத்து நிறுத்தினாராம். இந்திய உப கண்டத்தில் தெய்வ பக்தி தாண்டவமாடியதன் காரண மாக பூரா உலகமும் காப்பாற்றப்பட்டதாம். மூட நம்பிக்கையின் சிகரம் எட்டிப் பிடிக்கப்பட்டது. வேதங்களும், இந்து தர்மங்களும் உலகத்தைப் பேணிக்காத்ததாம்!

மூடப் பழக்கங்களை கடவுளின் பேரால், சமயத்தின் பேரால்

புகுத்தி, மனிதன் அறிவு வளர்ச்சிக்கே தாழ்ப்பாளிட்டு பகுத்தறிவு புகாமல் செய்துள்ளனர்.

"ஹிரண்ய கர்ப்பம்" - கடவுள் தங்க முட்டையாக அகண்ட வெள்ளத்தில் மிதந்து கொண்டிருந்தார் என்றும், உலகத்தைப் படைக்க வேண்டும் என்ற எண்ணம் அந்த கடவுளாகிய தங்க முட்டைக்கு ஏற்பட்டது என்றும் அதற்குப் பிறகே உலகம் ஏற்பட்டது என்றும் ரிக்வேதம் கூறுவது பகுத்தறிவுமல்ல, விஞ்ஞான ஆராய்ச்சியோ, கண்டுபிடிப்போ அல்ல என்பதைக் குறைந்த பட்சம் நமது குழந்தைகளுக்காவது எடுத்துச் சொல்ல கடமைப்பட்டிருக்கிறோம்.

உலகம் ஏற்பட்டதைப் பற்றி விஞ்ஞானம் என்ன கூறுகிறது? பிரடெரிக் ஏங்கல்ஸ் பின்வருமாறு கூறுகிறார்:

கடவுள் நம்பிக்கை உள்ள இயற்கை விஞ்ஞானிகள் கடவுளை துச்சமாக நடத்துவதைப் போல் வேறு யாரும் நடத்துவதில்லை. பொருள் முதல்வாதிகள் சம்பவங்களை மட்டுமே விளக்குவார்கள். கடவுள் பக்தி உள்ளவர்கள் கடவுளை அவர்கள் மீது திணிக்கத் தொடங்கினால், லாப்லாஸ் கூறியது போல "ஐயா! அந்தக் கற்பனையை நான் உபயோகப்படுத்த எக்காரணமும் இல்லை" என்பர். அல்லது ஜெர்மானிய வர்த்தகப் பிரயாணிகள் தங்களது மட்டச் சரக்குகளை டச்சு வியாபாரிகளிடம் திணிக்க முயற்சித்தால் கோபத்துடன் அவர்கள் கூறுவது போல... "ஐயா! உங்கள் சரக்கு எங்களுக்கு எந்த விதத்திலும் உபயோகமாகாது" என்று கூறி விஷயத்தை அதோடு முடிப்பார்: கடவுளைக் காப்பாற்ற வந்தவர்களது கையில் கடவுள் படும்பாடு சொல்லி முடியாது! ஜீனா யுத்தத்தில் 3வது பிரடெரிக் வில்லியத்தை அவருடைய தளபதிகளும் அதிகாரிகளும் எவ்வாறு நடத்தினார்களோ, அவ்வாறே கடவுளைக் காப்போர் நவீன விஞ்ஞான சரித்திரத்தில் கடவுளை நடத்துகிறார்கள்!

ஒன்றன்பின் ஒன்றாக யுத்தப் படைகளின் அணிகள் தங்கள் ஆயுதங்களை கீழே போடுகின்றன. ஒன்றன்பின் ஒன்றாக கோட்டைகள் விஞ்ஞான முன்னேற்றத்தால் தகர்க்கப்படுகின்றன. இறுதியில் இயற்கையின் எல்லையற்ற உலகமனைத்தும் விஞ்ஞானத்தால் வெல்லப்படுகின்றன - சிருஷ்டிகர்த்தாவுக்கு அங்கு இடமே இல்லாமற் போய்விட்டது. நியூட்டன் "ஆதிஅசைவு" அளிக்க ஆண்டவனை அனுமதித்தார். ஆனால் அவருடைய 'ஞாயிற்று குடும்பத்'தில் (Solar System) கடவுள் தலையிட அனுமதிக்கவில்லை. போப் ஆண்டவருக்கு அளிக்க வேண்டிய மரியாதை அனைத்தையும் அளித்து, ஞாயிற்றுக் குடும்பத்திலிருந்து ஆண்டவனை அப்புறப் படுத்துகிறார் பாதிரி செச்சீ. ஆனால் ஆதி நெபுலாவை ஏற்படுத்து வதில் ஆண்டவனுக்கு அதிகாரம் அளிக்கிறார்.

இவ்வாறே எல்லாத் துறைகளிலும் உயிர் நூலில் ஆண்டவனின் மகா மனோராஜ்யக்காரனாகிய அகாசிஸ் ஆண்டவனுக்கு அர்த்தமற்ற (நான்சென்ஸ்) அனைத்தையும் அள்ளிக் குவிக்கிறார். ஆண்டவன் அகில உலகில் உள்ள அனைத்தையும் ஒவ்வொரு ஜீவராசியும் மீன் உள்பட சிருஷ்டித்தாராம்! இறுதியில் டிண்டல் இயற்கையில் கடவுள் பிரவேசிக்கக் கூடாது என்று கடுமையாக ஆட்சேபிக்கிறார். ஆனால் உணர்ச்சி செய் முறைகளில் கடவுளைக் கொண்டு போய் தள்ளுகிறார். ஏனெனில் இவைகளைப் பற்றி எல்லாம் (இயற்கை) ஜே. டிண்டலை விட அதிகம் தெரிந்தவர் யாராவது ஒருவர் இருக்க வேண்டுமல்லவா! ஆகாயம், பூமி அனைத்தையும் படைத்துக் காத்து பரிபாலித்து வரும் - அவனன்றி ஓரணுவும் அசையாது என்றெல்லாம் கூறி வந்ததி லிருந்து எவ்வளவு தூரம் சென்று விட்டார்கள் என்பதைக் காணலாம்!

பண்டைய கிரேக்க வானநூல் நிபுணர் டாலமி (கி.பி. 150) அன்று உலவி வந்த கிரேக்க, புராணக் கதைகளை ஒட்டியே வான நூலை இயற்றினார். அதாவது சூரியன், சந்திரன், பிரபஞ்சம் அனைத்துமே உலகத்தைச் சுற்றி வருகின்றன என்று கூறியுள்ளார். இதற்குக் காரணம் கடவுள்களுக்கெல்லாம் கடவுளாய் உள்ள ஜீயஸ் தன் மனைவி ஹிரா என்பவளுடன் கிரேக்க நாட்டிலுள்ள தெசலி பிராந்தியத்தில் உள்ள ஒலிம்பஸ் மாமலையின் சிகரத்தில் வசித்து வருகிறார் என்ற மூடநம்பிக்கையே.

மூடப்பழக்க வழக்கங்களை அடிப்படையாகக் கொண்டிருந்த இந்த வான சாத்திரம் அர்த்தமற்றது, உண்மைக்குப் புறம்பானது என்பதை கலிலியோ தொலை நோக்குக் கருவியைக் கண்டுபிடித்ததன் விளைவாக நிரூபிக்க முடிந்தது. புதியதோர் வான சாத்திரம் ஏற் பட்டது. "கோபர்நிக்கன்முறை" *(Copernican System)* என்று அழைக்கப் பட்டது. கோபர்நிக்கன் முறை, டாலமி முறையை தள்ளிவிட்டு, உண்மையான வான சாத்திரத்தை வகுக்கத் தொடங்கிற்று.

உலகம் ஏற்பட்ட கதை என்ன என்ற கேள்விக்கு விஞ்ஞானம் பதிலளிக்கத் தொடங்கிற்று.

உலகம் சூரியனின் ஒரு துண்டு என்றும், ஏதோ ஒரு பெரிய நட்சத்திரம் சூரியனுக்கு வெகு அருகாமையில் சென்றதன் விளைவாக ஈர்ப்பு ஆற்றலால் சூரியனின் ஒரு துண்டை பிய்த்துக் கொண்டு வந்துவிட்டது என்றும் சர் ஜேம்ஸ் ஜீனியஸ் என்ற பிரசித்தி பெற்ற வான நூல் நிபுணர் கூறுகிறார்.

இந்தக் கொள்கை பரவி, இன்றும் செல்வாக்குப் பெற்ற கொள்கை யாக விளங்கி வருகிறது.

# வான சாத்திரம்

பிரிட்டிஷ் வானநூல் நிபுணர் சர். ஆர்தர் எடிங்டன் பிரபஞ்ச உற்பத்தி பற்றி பின்வருமாறு கூறுகிறார்:

"என்னைப் பொறுத்த மட்டும் ஏதோ ஒரு முறையில் தொடங்கப் பட்டிருக்க வேண்டும். ஈன்ஸ்டீன் கூறும் பிரபஞ்சம் போல் எல்லா சக்திகளும் ஒன்றோடொன்று சரிக்கட்டி ஒரே அமைதியான நிலை ஆரம்பத்தில் இருந்திருக்க வேண்டும். எனவே, ஆதிக்கு ஆதியில் புரோட்டான்களும், எலக்ட்ரான்களும் சரிசமமாக கோள வான வெளியில் நிரம்பி நின்று அசைவற்று எத்தனையோ காலத்திற்கு அவ்வாறே இருந்திருக்க வேண்டும்; இவ்வாறு அசைவற்று நீண்ட நெடுங்காலம் இருந்ததே அந்த நிலையைப் போக்குவதற்கு காரணமாய் இருந்திருக்க வேண்டும். முதன் முதலில் ஆங்காங்கு உள்ளவை உரைந்து "கலாக்சீக்கள் *(Galaxis)* ஏற்பட்டிருக்க வேண்டும். இவ்வாறு ஆங்காங்கு ஏற்பட்ட உறைகளின் விளைவாக பரிணாமப் போக்கில் நட்சத்திரங்களும், பரிணாம வளர்ச்சியின் விளைவாக பல்வேறு ரகப் பொருள்களும், பரிணாம வளர்ச்சியில் கிரகங்களும், உயிரும் ஏற்பட்டிருக்க வேண்டும்".

இன்றைய நவீன வானநூல், பிரபஞ்ச உற்பத்தியை விஞ்ஞான ரீதியாக வேறு ஒரு முறையில் கூறுகிறது. பிரிட்டிஷ் வானநூல் விஞ்ஞானி கேம்பிரிட்ஜ் பேராசிரியர் பிரெட் ஹாயில் *(Professor Fred Hoyle)* பின்வருமாறு கூறுகிறார்:

"பிரபஞ்ச உற்பத்தியை சுருங்கச் சொல்லி விளங்க வைக்க வேண்டுமாயின் சூரியனைச் சுற்றி ஒரு நட்சத்திரம் ஒரு காலத்தில் சுற்றி வந்து கொண்டிருந்தது. பிறகு அது கடுமையான வேகத்துடன் உடைந்தது. வெடித்த வேகத்தின் விளைவாக அதன் துண்டுகள் சூரியனை விட்டு வானவெளியில் சொல்ல முடியாத தூரத்துக்கு சிதறியது. இறுதியில் சிறிது அளவு வாயு மட்டுமே மிஞ்சியது. அது

சூரியனைச் சுற்றி சுற்றி வந்தது. அதிலிருந்துதான் ஞாயிறு குடும்பம் ஏற்பட்டது".

இவைகளை எல்லாம் பார்த்தால் பிரபஞ்ச உற்பத்திக்கும், கடவுளுக்கும் எந்த சம்பந்தமும் இல்லை என்பது தெளிவாகிறது.

உலகத்தின் குறுக்களவு 7918 மைல்கள். உலக நிரப்பரப்பு 6 கோடியே 75 இலட்சத்து 10 ஆயிரம் சதுர மைல். நீர்பரப்போ 13 கோடியே 94 இலட்சத்து 40 ஆயிரம் சதுர மைல். எனவே உலகத்தின் ஒட்டு மொத்த மேற்பரப்பு 19 கோடியே 69 இலட்சத்து 50 ஆயிரம் சதுர மைல்கள் என்று கூறலாம். ஒட்டு மொத்த கனம் 6592 x 1012 அதாவது 65,92,000,000,000,000,000,000 டன்கள்.

இதைத்தான் விஞ்ஞானிகள் கணக்கிட்டுக் கூறுகின்றனர். இப் புள்ளிகளிலிருந்து நாம் வசிக்கும் உலகம் மிகப் பெரியது என்று நினைப்பது தவறாகும். ஏனெனில் ஞாயிறு குடும்பத்திலுள்ள கிரகங்களில் பல இவ்வுலகத்தை விட மிகப் பெரியதாகும். வியாழன் என்ற கிரகத்தின் குறுக்களவு 86,682 மைல்கள். சனிகிரகத்தின் குறுக்களவு 72,332 மைல்களாகும். யூரேனஸ் கிரகத்தின் குறுக்களவு 32,932 மைல்களாகும். இவை அனைத்தும் உலகைவிட பெரியவை.

உலகத்தைவிட சிறிய கிரகங்களும் உள, உதாரணமாக புதன் கிரகத்தின் குறுக்களவு 3008 மைல்கள். வெள்ளி கிரகத்தின் குறுக்களவு 7576 மைல்களாகும். செவ்வாய் கிரகத்தின் குறுக்களவு 4216 மைல்கள். ப்ளூட்டோ கிரகத்தின் குறுக்களவு 7550 மைல்கள்.

சூரியனின் குறுக்களவோ 8,64,392 மைல்கள். சூரியன் இல்லை எனில் உயிருள்ள பொருட்கள் ஒன்றுமிரா.

உலகம் சூரியனைச் சுற்றி வருகிறது என்பதை நாம் அறிவோம். இவ்வாறு ஒரு தடவை சூரியனைச் சுற்றிவர 365¼ நாட்கள் ஆகின்றன. ஒரு நாள் என்றால் உலகம் தன்னைத்தானே சுற்றிவர எடுக்கும் 24 மணி நேரமாகும்.

உலகம் சூரியனை நீள்வட்டத்தில் சுற்றி வருகிறது. எனவே ஒரு சமயத்தில் சூரியனை விட்டு வெகு தூரம் பூமி செல்கிறது. மற்றொரு சமயம் பூமி சூரியனுக்கு அருகாமையில் செல்லுகிறது. இவ் விரண்டையும் வானநூல் நிபுணர்கள் கணக்கிட்டு முறையே 9 கோடி இலட்சம் மைல் என்றும் 9 கோடியே 5 இலட்சம் மைல்கள் என்றும் கூறுகின்றார்கள். இவ்வாறு கோடிக்கணக்கான மைல்களுக்கு அப்பாலுள்ள சூரியனின் ஒளியும், வெப்பமும் உயிர் வாழ்வன வற்றிற்கு இன்றியமையாததாகும். சூரியன் தன்னுடைய வெப்பத்தை

அள்ளி அள்ளி வீசிக் கொண்டிருக்கின்றதென்றும், இந்தக் கொடை வள்ளல் ஒரு நாள் கொடுக்க ஒன்றுமில்லாத அவல நிலையை அடைவான் என்றும் வானநூல் நிபுணர் ராபர்ட்பால் கூறுகிறார். அந்தக் காலம் வந்தால் ஞாயிறு குடும்பமே அழியும் என்றும் கூறப்படுகிறது.

வானத்தில் 'ஞாயிறு குடும்பம்' ஒன்றுதான் உண்டா அல்லது இவ்வாறு வேறு குடும்பங்கள் உண்டா என்ற கேள்வி இயல்பாகவே எழுகிறது. ஞாயிறு குடும்பம் அல்லது மற்றொன்றும் உண்டு - அதைத்தான் மீன்வழிக் குடும்பம் *(Sidereal System)* என்று கூறப் படுகிறது. பால் மண்டலம் *(Milkyway)*, நெபுலே, நட்சத்திரக் கொத்துகள், வானத்தில் உள்ள இவையனைத்தும் ஒரு குடும்பத்தைச் சேர்ந்தவை. அந்தக் குடும்பம் தான் மீன்வழிக் குடும்பமாகும்.

ஞாயிறு குடும்பத்தை மீன்வழிக்குடும்ப பரிமாணத்துடன் ஒப்பிட் டுப் பார்த்தால் இது ஒரு கடுகளவு தான் என்று கூறு வேண்டும்.

மீன் வழிக் குடும்பத்தில் உள்ள நட்சத்திரங்கள் ஓய்வின்றி சதா சென்று கொண்டேயிருக்கின்றன. எவ்வாறு மீன்வழிக் குடும்பத்தின் பூதாகரமான பரிமாணத்தில் ஞாயிறு குடும்பம் ஒரு சிறுதுளி போல் உள்ளதோ, அவ்வாறே கற்பனைக்கும் எட்டாத அகண்டாகார வான வெளியில் மீன் வழிக் குடும்பம் தனித்து நிற்கும் ஒரு பொருளாகத் தான் காட்சியளிக்கின்றது.

இவ்வாறுள்ள அகண்டாகார வானவெளி வட்ட வடிவமாக உள்ளது என்று உலகப் பிரசித்தி பெற்ற பௌதிக நூல் வல்லுநர் ஈன்ஸ்டீன் கூறுகிறார். இந்த அகண்டாகார வானவெளியில் இடை வெளியை மைல்களில் கணக்கிட முடியாது. அதை ஒளியாண்டுகளில் *(Light Year)* கணக்கிடப்படுகிறது. அதாவது ஒளி ஒரு வினாடியில் ஒரு இலட்சத்து 98 ஆயிரம் மைல் வேகத்தில் செல்கிறது. ஆகவே ஒரு மணி நேரத்தில் ஒளியானது 1,98,000 x 60 x 60 மைல்கள் வேகத் தில் செல்கிறது. எனவே ஒளி ஆண்டு என்றால், 198 x 6 x 6 x 24 x 365¼ x 1,00,000 மைல்களாகும். இது வான நூலுக்கு உரிய கணிதமே.

நமது உலகத்தின் மிக அருகாமையில் உள்ள நட்சத்திரத்தின் பெயர் சீரியஸ். இந்த சீரியஸ் என்ற நட்சத்திரம் உலகத்திலிருந்து எட்டு ஒளியாண்டுகளுக்கு அப்பால் உள்ளது. சூரியனின் ஒளி நமது உலகத்தை வந்து சேர 8 நிமிடங்கள்தான் எடுத்துக் கொள்கிறது என்பதை ஞாபகத்தில் வைத்துக் கொண்டால், வானவெளியில் இடைவெளி என்றால் என்ன என்பதைப் புரிந்து கொள்ள முடியும்.

"10 ஆயிரம் கோடி நட்சத்திரங்கள் ஒரு வீரமண்டலமாகும். (Galaxy), 10 ஆயிரம் கோடி வீர மண்டலங்கள் ஒரு பிரபஞ்சமாகும் என்று சர். ஆர்தர் எடிங்டன் கூறுகிறார்.

மேலும் சர். ஆர்தர் எடிங்டன் கூறுவதாவது: இந்த வட்ட வடிவப் பிரபஞ்சத்தின் ஆரம் (Radius) 15 கோடி ஒளியாண்டுகள் ஆகும். அதாவது விஞ்ஞானம் இதுவரை தயாரிக்க முடிந்த மிக நுட்பமான தொலை நோக்கிக் கருவிகளைக் கொண்டு வான நூல் ஆராய்ச்சியின் விளைவாக இதற்கு மேல் இதுவரை ஆராய்ச்சி செய்ய முடிய வில்லை என்பது தான் பொருள்.

அங்கு பிரபஞ்சம் முடிந்துவிட்டது என்பதல்ல என்றும் இதற்கு மேல் ஐந்து மடங்கு தூரம் பிரபஞ்சம் பரந்துள்ளது என்றும் சர். ஆர்தர் எடிங்டன் கூறுகிறார். ஆனால் ஈன்ஸ்டீனின் புண்ணியத்தில் அகண்டாகார வானவெளிக்கு ஒரு எல்லையும் உண்டு.

இந்த உலகம் ஏற்பட்டு 200 கோடியிலிருந்து 350 கோடி ஆண்டு கள் தான் ஆகின்றன என்று சில விஞ்ஞானிகள் கூறுகிறார்கள்.

# பரிணாம வளர்ச்சி

இயற்கையின் வளர்ச்சிப் போக்கில் எவ்வாறு ஞாயிறு குடும்ப மும், அதில் இவ்வுலகமும் ஏற்பட்டன என்பதனைப் பற்றி ஏற் கனவே பார்த்தோம்.

இனி உலகத்தில் பரிணாம வளர்ச்சியையும், அதில் எப்போழுது உயிருள்ள பொருள்கள் தோன்றின, அப்பொருள்களின் பரிணாம வளர்ச்சிச் சரித்திரம், பிறகு மனிதன் தோன்றுவது இவை அனைத்தை யும் அடுத்தாற்போல் பார்ப்போம். இவைகள் அனைத்திலும் கடவுளுக்கு எவ்வித பாத்திரமோ பங்கோ இல்லை என்பதையும் தெளிவாகக் காண்போம். இல்லாத வஸ்துக்கு பாத்திரமோ பங்கோ எவ்வாறு ஏற்பட முடியும்?

சில விஞ்ஞானிகள், குறிப்பாக சோவியத் விஞ்ஞானி ஏ.ஐ. ஒபார்ன் *(Soviet Scientist A.I. Oparin)* கணக்கின் படி உலகம் ஏற்பட்டு 500 கோடி ஆண்டுகள் ஆகின்றன என்றும், உயிருள்ள வஸ்துக்கள் தோன்ற ஆரம்பித்தது 200 கோடி ஆண்டுகளுக்கு முன் என்றும் கூறுகிறார்.

ஜியோ - கெமிஸ்ட் ஏ, பெர்ஸ்மென் *(Geo - chemist A. Persman)* கூறுவதாவது: “உலகம் ஓர் எரியும் பந்தாக கோடிக்கணக்கான ஆண்டுகள் இருந்தது. அக்காலத்தில் பூமி உள்ளிருந்து பல துண்டுகள் வெடித்து, மேலே வந்து, உலகத்தின் வெப்பத்தை மேலும் அதிகரிக் கச் செய்தது. இவ்வாறு மேலே வரும் துண்டுகள் மலைகளாயின. உலகத்தின் மேற்பகுதியில் சுமார் 50 கோடி ஆண்டுகளுக்கு முன் வடஐரோப்பாவிலுள்ள கலிடோனியன் தொடர் மலைகள் *(Caledonian Ranges)* தோன்றி இருக்கவேண்டும். யூரல்ஸ் *(Urals)*, தீன்சான் *(Tien-Shan)* தொடர் மலைகள் 20 அல்லது 30 கோடி ஆண்டுகளுக்கு முன் தோன்றி இருக்கவேண்டும்.

ஆல்ப்ஸ் மலைத்தொடர் அமைய சுமார் இரண்டிலிருந்து 5 கோடி ஆண்டுகள் ஆகியிருக்க வேண்டும். கார்கேசிய எரிமலைகள்

அணைந்துபோய்க் கொண்டிருக்குந் தருவாயில் இமயமலைச் சிகரங்கள் தோன்றி இருக்க வேண்டும்,"

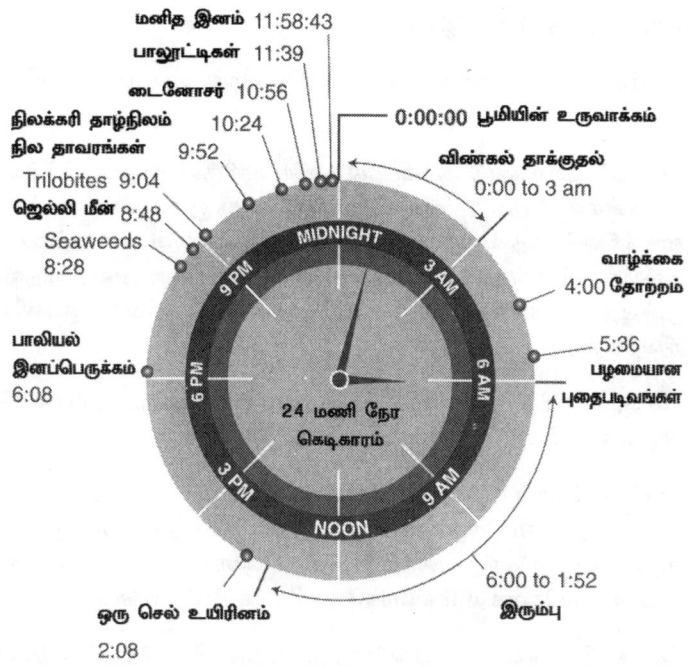

**உலகக் கெடிகாரம்:**

உலகச் சரித்திரத்தை பளிச்சென்று புரிந்து கொள்ள இங்கு போடப் பட்டுள்ள கெடியாரத்தைப் பாருங்கள். உலகம் தோன்றி இன்றுவரை அதன் சரித்திரம் 24 மணி நேரம் என்றால், முதல் 17 மணி நேரம் கேம்பிரிய யுகத்திற்கு முன் என்று கூறலாம். இந்த யுகத்தில் உலகம் ஒரு எரியும் பந்தாகத்தான் இருந்தது. அடுத்த நான்கு மணி நேரம் பலியோ சோயிக் யுகமாக இருந்தது. இந்த யுகத்தில் தான் பூமியின் மேல் வெப்பம் தணிந்தது. அடுத்த இரண்டு மணி நேரம் மெஸோ ஜோயிக் யுகமாகும். இவ்விரு யுகங்களில் தான் இரு வாயுக்களாகிய ஹைடிரஜனும், ஆக்ஸிஜனும் சேர்ந்து நீராயிற்று *(water - H2O).*

ஒரு மணி நேரத்திற்கு முன்தான் கெய்னோ ஜோயிக் யுகம் *(Coinosoicers)* தோன்றியது. இந்த யுகத்தில் தான் மனிதன் தோன்றினான். உறை பனி சகாப்தம் 10 இலட்சம் ஆண்டுகளுக்கு முன் தொடங்கி, 25 ஆயிரம் ஆண்டுகளுக்கு முன் முடிந்தது என்று சொல்லாம்.

எகிப்திய, பாபிலோனிய நாகரீகங்கள் ஏற்பட்டு சுமார் 8 ஆயிரத்திலிருந்து 10 ஆயிரம் ஆண்டுகள் ஆகியிருக்க வேண்டும். மனித சரித்திரம் அதாவது எழுதப்பட்ட சரித்திரம் 2 ஆயிரம் ஆண்டுகளுக்கு மேல் இல்லை.

உயிர் என்பது என்ன, அது எப்பொழுது எப்படி ஏற்பட்டது என்பதைப் பார்ப்போம்.

17 ஆம் நூற்றாண்டு ஆரம்பத்திலேயே உயிருள்ளவை உயிரில்லாத பொருள்களிலிருந்து ஏற்படுவதை விஞ்ஞானிகள் பார்க்கத் தொடங்கினர். அதுவரை கடவுள்தான் உயிருள்ளவை அனைத்தையும் சிருஷ்டித்தார் என்றும், உயிரில்லாப் பொருள்களை அவர் முதலில் சிருஷ்டித்தார் என்றும் எண்ணம் முதல்வாத தத்துவ ஞானிகள் கூறிவந்தனர்.

18 ஆம் நூற்றாண்டில் கூட உயிருள்ளவை வேறு, உயிரில்லாப் பொருள்கள் வேறு என்றுதான் கூறப்பட்டு வந்தது.

உயிர் என்றால் என்ன என்ற கேள்வி மீண்டும் மீண்டும் கிளப்பப் பட்டு, அதற்கும் கடவுளுக்கும் எந்த சம்பந்தமும் இல்லை என்பதனை, மார்க்ஸ் காலத்திலேயே விஞ்ஞானிகள் (கடவுள் வழி பாட்டில் நம்பிக்கை உள்ளவர்களே) தெட்டத் தெளிவாகக் கூறினர்.

உலகத்தின் வெப்பம் தணிந்து, நீர் தோன்றிய பிறகு "அமினோ ஆஸிட்" (amino acid) என்ற திரவத்தின் மீது சூரிய கிரணங்கள் விழ, நாளடைவில் உயிர்துளிகள் ஏற்பட்டன என்றும், இத்துளிகள் பரிணாம வளர்ச்சியின் விளைவாக "பெப்டைட்டு" (Peptides) என்பன ஏற்பட்டன. பிறகு "புரோட்டீன்" உணவில்லாமல் உயிர் வாழ முடியாது என்று கண்டு பிடிக்கப்பட்டது.

உயிருக்கு அஸ்திவாரம் அல்லது சிறு உயிருள்ள அமைப்பை 'செல்' என்று அழைக்கிறோம். சென்ற 100 கோடி ஆண்டுகளில் இந்த செல்கள் பரிணாம வளர்ச்சியினாலும், சேர்க்கையினாலும் இன்று எல்லா ஜீவராசிகளின் அஸ்திவாரமாகக் காட்சி அளிக் கின்றன. "செல்"கள் தானாகவே சந்ததிகளை உற்பத்தி செய்து கொள்ளவும் முடியும். இவ்வாறு ஏற்படுபவை "குரோமோ சோம்ஸ்" (Chromosomes) என்று அழைக்கப்படுகின்றன. "என்சைம்ஸ்" (Enzymes) என்பது அமைப்பற்ற உயிர்த் துளிகள் என்று கூறலாம்; இவ்வுயிர்த் துளிகள் கண்ணுக்கு புலப்படாதவை "என்சைம்ஸ்" இருப்பதால்தான் மனிதன் உயிருடன் இருக்கிறான்.

உலகத்தின் சீதோஷ்ண நிலைமைகள் உயிருள்ள "புரோடோ பிளாசம்" *(Protoplasm)* ஏற்பட சாதகமான நிலைமை ஏற்பட்டது.

அமைப்பற்ற "புரோட்டீன்" உயிருள்ள பிராணிகள் செய்வதை அனைத்தும் செய்கிறது என்று விஞ்ஞானிகள் கண்டு பிடித்துள்ளனர். அதாவது உணவை உட்கொள்வது, ஜீரணிப்பது, தேவையற்றதை வெளியே தள்ளுவது, அசைவுடன் இயங்குவது, சுருங்கிக் கொள்வது, மது போதை அடைவது, புணருற்பத்தி செய்வது போன்றவற்றை அதுவும் செய்கிறது.

"டிண்டல்," *(Tyndell)* ஹக்ஸ்லி *(Huxley)* இருவரும் ஒரு விஷயத்தை தெளிவாக வற்புறுத்துகின்றனர். அதாவது, உலகத்தின் வெப்பம் தணிந்த உடன் அன்றிருந்த சீதோஷ்ண நிலையில், உலகத்திலிருந்தே உயிருள்ள பொருள்களாக மாறின.

சுமார் 200 ஆண்டுகளுக்கு முன், விஞ்ஞானம் என்பது பற்றி அரிஸ்டாட்டில் *(Aristotle)* கூறினார்: "இயற்கை மிகமிக நிதானமாக, உயிரில்லாத உலகத்திலிருந்து உயிருள்ள பிராணிகள் வசிக்கும் உலக மாக மாறி உள்ளத்தைப் பார்த்தால், இவ்விரண்டிற்கும் இடையே உள்ள எல்லை கண்ணுக்குப் புலப்படாததாகவும், சந்தேகமான தாகவும் உள்ளது."

கடவுள் உலகத்தை சிருஷ்டித்தது மட்டுமன்றி, மனிதன், ஆடு, மாடு, கோழி, பன்றி, கோடானு கோடி ஜிவராசிகள், மூட்டைப் பூச்சி, பேன், ஈறு இத்தனையையும் ஒன்றன் பின் ஒன்றாக சிருஷ்டித்தார் என்று உலகம் எண்ணி வந்த காலத்திலேயே, அறிவாளி அரிஸ்டாட்டில் உயிருள்ளவைக்கும் உயிரில்லாதவைக்கும் உள்ள எல்லையே சந்தேகாஸ்பதமானது என்று கூறினார்.

மீண்டும் உயிர் என்றால் என்ன என்ற கேள்வி எழுகிறது. குறிப்பிட்ட சீதோஷ்ண நிலையில் உயிரில்லாப் பொருள் என்று நாம் கூறக் கூடியது உயிருள்ளதாக மாறுகிறது. அதாவது, உயிர் என்பது பொருளின் ஓர் இன்றியமையாத குணமாகும். குறிப்பிட்ட சூழ்நிலையில் இது வெளிவருகிறது. அந்த சூழ்நிலை மாறினால் இந்த குணம் மங்கி விடுகிறது.

உதாரணமாக, மனிதன் சில சமயங்களில் சந்தோசமாக இருக் கிறான், ஆடுகிறான், பாடுகிறான். இவ்வாறு இருக்கும் போது ஒருவர் வந்து "உன் மகன் லாரியின் கீழ் அகப்பட்டுக் கொண்டு நசுக்கிக் கொல்லப்பட்டான்!" என்ற செய்தியைச் சொன்ன உடன்,

அந்த மனிதன் நிலை என்ன? ஐயோ! மகனே!" என்று கதறிக் கொண்டு தன் மகனின் சவத்தை நோக்கிச் செல்லுகிறான் அல்லவா?

குறிப்பிட்ட சில சூழ் நிலையில் சந்தோசமாக இருந்த ஒருவன், துக்கமான செய்தி கேட்டவுடன், இருந்த நிலைக்கு நேர் முரணாயுள்ள நிலையாகிய துக்கக் கடலில் ஆழ்ந்து விடுகிறானே, அப்படியே உயிரில்லாப் பொருள்கள் குறிப்பிட்ட சீதோஷ்ண நிலையில் உயிர் என்ற குணம் தன்னுள் பொதிந்து கிடப்பது, வெளித்தோற்றமளிக் கிறது என்பது தான் இன்றைய விஞ்ஞான பரிணாம வளர்ச்சி எடுத்துக் காண்பிக்கிறது.

எனவே, ஒரு மனிதன் இறந்தான் என்றால், உயிர் என்ற குணம் தணிந்து விடுகிறது.

ஆகவே, ஆத்மா என்றோ சூசக உடல் என்றோ ஒன்றுமில்லை. எனவே ஒரு மனிதன் இறந்த பிறகு சுவர்க்கத்திற்கோ, நரகத்திற்கோ செல்லுகிறான் என்பது அப்பட்டமான கற்பனையாகும். சுவர்க்கமும் இல்லை. நரகமும் இல்லை. இவையும் கற்பனையே!

"டார்வின்" *(Darwin)* அவருடைய பிரசித்தி பெற்ற நூலாகிய "ஜீவராசிகளின் உற்பத்தி" *(Origion of the species)* யில் மனிதன் தோன்றிய கதையை விளக்கிக் கூறுகிறார்.

முதன் முதலில் சமுத்திரங்களில்தான் உயிருள்ளவை தோன்றின. அதற்குப் பிறகு சில ஜீவராசிகள் தண்ணீரை விட்டு கரைக்கு வந்து, அங்கு வசிக்கத் தொடங்கின. பற்பல ஜீவராசிகள் ஏற்பட்டன. பிறகு குரங்கு மனிதன் தோன்றினான். மனிதனின் பூர்வாங்க வமிச வழி மீனேயாகும்.

மீனிற்கும், தரைப் பிராணிகளுக்கும் இடையே ஈரல் மீன் *(Lung - Fish)* உள்ளது. பாலூட்டிக் குட்டிஙய வளர்க்கும் ஐந்துக்களுக்கும் *(Mammals)* முட்டையிட்டுக் குஞ்சு பொரிக்கும் பிராணிகளுக்கும் இடையே ஆஸ்திரேலிய வாத்து மூக்கைக் கொண்ட "பிளாடிபஸ்" *(Platipus)* என்ற ஒரு பிராணி உண்டு. அது தன்பாலை முலை மூலமாகத் தருவதில்லை. முலை இல்லாத காரணத்தால் அதற்குப் பதிலாக வியர்வை விடுவது போல், தன் ரோமத் துவாரங்களின் வழியாக பாலைத் தருகிறது. மனிதக் குரங்கு, மனிதனுக்கும், விலங்குகட்கும் இடையேயுள்ளது. உயிலில்லாத படிகங்களுக்கும் *(Crystals)* மிகச் சிக்கலான உயிர் அமைப்பிற்கும் இடையே விஷ நீர் அல்லது சீழ் *(Virus)* நிற்கின்றது.

சமுத்திரத் தண்ணீரில் என்னென்ன உப்புகள் (Salts) உண்டோ, அவை இரத்தத்திலும் அவ்வாறே உள்ளன. அது மட்டுமன்றி அவை அதே வீதத்தில் உள்ளன. ஆனால் ரத்தம், சமுத்திரத் தண்ணீரை விட ஐந்து மடங்கு இளகி உள்ளது.

உயிருள்ள பொருள் அகநிலைப் பொருள்களை உட்கொண்டு வளர்வதை "மெடபாலிசம்" (Metabolism) என்று கூறப்படுகிறது. "மெடபாலிசம்" நின்று விட்டால் உயிர் மறைகிறது.

இவ்வாறெல்லாம் விஞ்ஞானம் உள்ளதைக் கண்டு பிடித்துக் கூற, இறைவன் ஒருவன் இருக்கிறான் என்றும், இந்த உலகத்தையும், எல்லா ஜீவராசிகளையும் படைத்தது மட்டுமின்றி "அவனன்றி ஓரணுவும் அசையாது" என்று கூறி, மூடப்பழக்க வழக்கங்களுக்கு மனிதனை குழந்தையிலிருந்தே இரையாக்குவதால், அவன் வளர்ந்த பிறகும் கல்லூரிக் கல்வி பெற்றவனாயினும் தொட்டில் பழக்கத்தை மறக்க மறுக்கிறான்.

சமுதாயத்தில் எல்லோரும் கடவுளையும், மூடப் பழக்க வழக்கத் தையும் அறவே ஒழித்து, விஞ்ஞான வெளிச்சத்தில் உண்மையைக் காண வேண்டுமாயின், நாட்டில் சோசலிசம் ஏற்பட்டு, பொருளாதார விடுதலை அடைந்தால் தான், அறிவு விடுதலையும் அடைய முடியும் என்பது சரித்திரம் கண்ட உண்மையாகும்.

## மனிதன் தோன்றிய கதை

மனிதக் குரங்கின் பரிணாம வளர்ச்சியின் உச்சக் கட்டத்தில் மனிதன் தோன்றுகிறான், என்று "சார்லஸ் டார்வின்" (Charles Darwin) அவருடைய பிரசித்தி பெற்ற "மனித வமிசமும், பால் உறவு தெரிந்தெடுத்தலும்" (The Descent of Man & Selection in Relation to Sex - 1871) என்ற நூலில் விளக்கினார்.

இந்த நூல் வெளிவந்ததும், ஜீவநூல் அறிஞர்கள் இடையே பெரியதோர் பரபரப்பை ஏற்படுத்தியது. கடவுள் மனிதனைச் சிருஷ்டித்தார் என்று கூறி வந்த ஜீவநூல் அறிஞர்கள் பொய்யாக்கப் பட்டனர். கடவுள் வழிப்பாட்டையும், மூடப்பழக்க வழக்கங்களை யும் கடுமையாக எதிர்த்து மார்க்ஸ், ஏங்கல்ஸ், டார்வினின் நூலை வரவேற்றனர். டார்வினின் மற்றொரு பிரசித்தி பெற்ற நூல் "ஜீவராசிகளின் தோற்றம்" (Origion of the Species - 1859) கடவுளுக்கு இவ்வுலகத்திலுள்ள ஜீவராசிகள் எதையுமே, சிருஷ்டிக்கும் உரிமையை மறுத்துவிட்டது. ஆகவே, ஜீவராசிகளும், மனிதனும் இவ்வுலகத்தின் குறிப்பிட்ட சீதோஷ்ண நிலைமைகளில், கோடானு கோடி ஆண்டுகளின் பரிணாம வளர்ச்சியால் ஏற்பட்டதை விஞ்ஞானிகள் மறுக்க முடியாத நிலையை சார்லஸ் டார்வின் ஏற்படுத்தி விட்டார்.

"எல்லா ஜீவராசிகளும் சிருஷ்டிக்கப்பட்டவை அல்ல, ஒரு சில ஜீவராசிகளின் வம்சம் தான்" என்று கூறுகிறார் டார்வின்.

மனிதக் குரங்கு எவ்வாறு பரிணாம வளர்ச்சியின் விளைவாக மனிதனாக மாறிற்று என்பதைச் சற்று விளக்கமாகப் பார்ப்போம்.

உழைப்பு செல்வத்தை உண்டாக்குகிறது என்றால், உழைப்பு மனிதனையே ஏற்படுத்தியது என்று சொல்ல வேண்டும் என்று ஏங்கல்ஸ் கூறுகிறார். எத்தனை எத்தனையோ ஆயிரக்கணக்கான ஆண்டுகளுக்கு முன் இன்று இந்துமகா சமுத்திரம் இருக்கும்

இடத்தில், பெரியதோர் கண்டம் இருந்திருக்க வேண்டும். அங்கு மனிதனைப் போல் அங்கமுள்ள குரங்குகள் இருந்தன. இந்த நமது முன்னோர்கள் பற்றி டார்வின் ஒரு வரையறை தந்துள்ளார். இவைகள் உடல் பூராவும் ரோமம் நிறைந்தவையாகவும், கூர்மை யான காதும் உள்ளவையாக இருந்தன. இவை கூட்டம், கூட்டமாக மரங்களில் வசித்து வந்தன.

மரங்களின் மேல் ஏறுவதற்கு கைகள் உபயோகப்பட்டன. ஆனால் தட்டையான நிலத்தின் மீது நடக்கும் போது கைகளுக்கு வேலை இல்லை. மேலும் மேலும் நிமிர்ந்து நடக்கத் தொடங்கின. இவ்வாறு நிமிர்ந்து நடப்பது மனிதக் குரங்கு மனிதனாக மாற முக்கிய பங்கை ஆற்றி உள்ளது.

இன்றுள்ள மனிதக்குரங்குகள், தங்கள் பாதங்களின் மீது நடப்பதைக் காணலாம். ஆனால் அவசியப்பட்டபோது தான் அவ்வாறு நடக்கின்றன. கஷ்டத்தோடுதான் நிமிர்ந்து நடக்கின்றன. சாதாரணமாக தங்கள் கைகளையும் உபயோகப்படுத்தி நடப்பதைக் காணலாம். சுருங்கக் கூறின், நான்கு கால்களின் மீது நடப்பதிலிருந்து இரண்டு கால்களைக் கொண்டே நடக்கும் பரிணாம வளர்ச்சியின் சங்கடங்கள் அனைத்தையும் பார்க்க முடியும்.

நமது முன்னோர்கள் இரண்டு கால்களைக் கொண்டு நடக்கத் தொடங்க, அவர்கள் கைகளுக்கு வேறு வேலையும் ஏற்பட்டது. கைகளைக் கொண்டு உணவு சேகரிப்பதும், கைகளைக் கொண்டு சாப்பிடுவதும், இதை சாதாரணமாக குரங்குகளும் செய்கின்றன. சிம்பான்சி குரங்கு (Chinpanzce) கிளைகளுக்குகிடையே வீட்டின் கூரை போல் வேய்ந்து கொள்வதும் உண்டு. கைகளில் தடியை ஏந்தி எதிரிகளைத் தாக்கவும் அல்லது கைகளில் காய்கனிகள் அல்லது கல்லைக் கொண்டு எதிரிகளைத் தாக்குவதும் உண்டு. இவைகளைப் பிடித்து நாம் வளர்த்தால், கைகளைக் கொண்டு நாம் செய்யும் பல வேலைகளையும் இவைகள் செய்கின்றன. எப்படி இருந்த போதிலும் மனிதன் தன் கைகளைக் கொண்டு செய்கின்ற பல வேலைகளை மனிதக்குரங்கு செய்ய இயலாதிருப்பதை பார்க்க இயலும். எனவே, எவ்வளவுக் கெவ்வளவோ நூற்றாண்டுகளில் இந்த பரிணாம வளர்ச்சி ஏற்பட்டுள்ளது.

சக்கி முக்கிக் கல் முதன் முதலில் கத்தியாக்கப்பட்டது மனிதக் கைகளால்தான். இதைச் செய்ய எவ்வளவோ நூற்றாண்டுகள் மனித னுக்கும், குரங்குக்கும் இடையே உருண்டோடி இருக்கும். ஆனால் முக்கியமாக நாம் கவனிக்க வேண்டியது, கைகளுக்குச் சுதந்திரம்

கிடைத்து விட்டது. வாழையடி வாழையாக இந்த சுதந்திரம் வளர்ந்து, வருங்கால சந்ததிகளுக்கு இது ஒரு பொக்கிஷமாக திகழ்ந்தது.

எனவே, கைகள் உழைப்பின் கருவிகள் மட்டுமல்ல, உழைப்பின் பலனும் அதுவே, என்று ஏங்கல்ஸ் கூறுகிறார். நாளடைவில் கைகள் பலப்பட்டு, தசையும் நரம்பும் வளர, எலும்பும் வளர்ந்து, கைகள் நுட்பமான வேலைகளைச் செய்யத் தொடங்கி, மனிதன் சிலை களையும், ஓவியங்களையும், சித்திரங்களையும் கைகளால் செய்யும் திறமையை அடைந்தான்.

ஆனால் கைகள் உடலின் ஒரு அங்கம் தான் அல்லவா. கைகள் வளர்ந்தன என்றால் அத்துடன் உடலும் வளர்ந்தது.

கைகளின் வளர்ச்சியினால் இயற்கை மேலும் மேலும் வெல்லப்பட்டது. அது வரை உபயோகமற்ற பொருட்கள் மனிதனின் கைகளால் உபயோகப் பொருட்களாக மாறின. மனிதன், குரங்குகள் போலவே கூட்டம் கூட்டமாகத்தான் இருந்தான். இவ்வாறு கூட்டம் கூட்டமாக இருக்க ஒருவரோடு ஒருவர் பேச வேண்டிய அவசியம் ஏற்பட்டது. இந்தக் கட்டத்தில்தான் மொழி என்பது ஏற்பட்டது.

காட்டில் இருக்கும் ஐந்துக்களுக்கு மொழி என்பது தேவை யில்லை. ஆனால் நாம் வளர்க்கும் நாய்கூட சில நேரங்களில் நாம் கூறுவதைப் புரிந்து கொள்கிறது. "போய் படு! இங்கே வா!" என்று சொன்னால் அப்படியே செய்கின்றது. இது மட்டுமின்றி நாய் சில குணங்களையும் வெளிப்படுத்துகின்றது. உதாரணமாக "நன்றி-விஸ்வாசம்" என்பதை நாயின் சிறப்பியல்பாகக் காணலாம். இது பழக்கத்தால், மனிதனிடமிருந்து நாய் கற்றுக் கொள்கிறது. மனிதன் தொண்டையைப் போல் நாயின் தொண்டை வளர்ச்சி பெறாத கார ணத்தால், அது தன் கருத்தை நமது மொழியில் கூற முடிவதில்லை.

பறவைகளின் தொண்டை மனிதர்களின் தொண்டைக்கு மாறு பட்டது. எனினும் பறவைகள்தான் பேசக் கற்றுக் கொள்கின்றன. எல்லாப் பறவைகளையும் விட மிகப் பயங்கரமான தொண்டை கொண்ட கிளிதான் மிக நல்ல முறையில் நம்மைப் போல் பேசக் கற்றுக் கொள்கின்றன. கற்றுக் கொண்டபின் தான் கற்றதனைத்தையும் ஓயாமல் பேசிக் கொண்டேயிருக்கும் தன்மை கொண்டது கிளி. ஓர் அளவு தான் பேசுவதை புரிந்து கொள்ளும் சக்தியும் கிளிக்கு உண்டு. உதாரணமாக சில திட்டுகிற வார்த்தைகளையும் கிளிக்கு சிலர் கற்றுக் கொடுப்பதுண்டு. கிளிக்கு கோபம் வந்தால் இந்த வார்த்தை களை மிகப் பொருத்தமாக உபயோகிப்பதை காணலாம். எனக்கு மிட்டாய் கொடு என்று கற்றுக் கொடுத்தால் தனக்கு மிட்டாய்

வேண்டுமெனும் போது, "எனக்கு மிட்டாய் கொடு!" "எனக்கு மிட்டாய் கொடு!" என்று கெஞ்சுவதைக் கேட்கலாம்.

முதலில் உழைப்பும், பிறகு வார்த்தையும், குரங்கு மனிதனை மனிதனாக்கின. இவைகளின் விளைவாக மூளையும் வளர்ந்தது. மூளை வளர வளர, ஐம்புலன்களும் பரிணமாக வளர்ச்சி அடைந்தன.

பேச்சு தொடங்கியதும், கேட்கும் சக்தி வளர்ந்தது. அதாவது மூளை வளர்ச்சிக்கும் ஐம்புலன்களின் வளர்ச்சிக்கும் நெருங்கிய தொடர்பு உள்ளது. மூளை வளர வளர, நல்லது எது கெட்டது எது என்று ஆராய்ந்து பார்க்கும் சக்தியும் ஏற்பட்டது. நாளடைவில் மனிதனுக்கும், குரங்குக்கும் எவ்வளவோ இடைவெளி உள்ளது போல் நிலைமை ஏற்பட்டது. மனிதனின் சிந்தனா சக்தி வளர்ந்து, எல்லா ஜீவராசியிலும் மனிதன் சிறந்தவன் என்ற உண்மை புலனாயிற்று. சமுதாயம் என்பது ஏற்பட மனிதன் ஆகச் சிறந்த வனாகத் திகழ்ந்தான்.

மனிதன் வாழ்க்கையில் ஒரு நொடி எப்படியோ, அப்படியே உலக சரித்திரத்தில் ஒரு ஆயிரக்கணக்கான நூற்றாண்டுகள் ஆகும். மரத்தில் வசித்து வந்த குரங்குகளுக்கும், மனித சமுதாயத்திற்கும் இடையே பல ஆயிரக்கணக்கான நூற்றாண்டுகள் உருண்டோடின. இவ்விரண்டிற்கும் இடையே உள்ள வித்தியாசமென்ன? "உழைப்பு" தான் என்று ஏங்கல்ஸ் கூறுகிறார்.

சீதோஷ்ண நிலைமைகளும், இயற்கையும் எவற்றைத் தந்தனவோ, அவற்றை மட்டும் தங்கள் உணவாகக் கொண்டன குரங்குக் கூட்டங்கள். இடம் மாற்றம் செய்த குரங்கு கூட்டங்கள் கூட சில வரம்புகளுக்குள் தான் அவ்வாறு செய்ய முடிந்தது. தனக்குத் தேவையான உணவுப் பொருள்களையும் அழிக்கும் தன்மை கொண்ட ஜீவராசிகள், கிடைக்கும் புதிய உணவை உட்கொள்ள ஆரம்பித்ததும், அவற்றின் ரத்தச் சேர்மானமே வித்தியாசப்படத் தொடங்கின. பழைய ஜீவராசிகள் அழிந்தன. புதிய ஜீவராசிகள் தோன்றின. இம்முறையில்தான் மனிதக் குரங்கு மனிதனாக பரிணாம வளர்ச்சி பெற்றது.

உழைப்பு மனிதனை உருவாக்கியது என்றால், உழைப்புக்கு கருவிகள் தேவை. ஆதி மனிதனின் கருவிகள் யாது? வேட்டை யாடும் கருவிகளும், மீன் பிடிக்கும் கருவிகளும்தான் முதன்முதலில் தோன்றியதாக சரித்திரம் கூறுகிறது. எனவே கனிகளையும், கிழங்கு களையும் புசித்து வந்த குரங்குமனிதன் வேட்டையாடத் தொடங்கினான், மீன் பிடிக்கத் தொடங்கினான் என்றால், மாமிசம்

சாப்பிடத் தொடங்கினான் என்றுதான் பொருள். மாமிசம் சாப்பிடுவதும் மனிதன் மனிதனாக வளர்ச்சி பெற பெரிதும் உதவி உள்ளது. மூளை பெரிதாவதற்கும், நல்ல முறையில் செயல்படுவதற்கும் மாமிச ஆகாரம் பெரிதும் உதவி உள்ளது. சாதாரணமாக மாமிசம் சாப்பிடுபவர்களின் மூளை, மரக்கறி பதார்த்தங்களை சாப்பிடுவர்களைவிட நல்ல முறையில் செயல்படுகிறது என்பது வாழ்க்கை நிரூபித்த உண்மையாகும்.

மரக்கறி சாப்பிடுபவர்கள் கடவுள் வழிபாட்டின் பேரால், மதத்தின் பேரால், ஜாதியின் பேரால் மாமிசம் சாப்பிடுபவர்களை கீழ்த்தரமாக நினைக்கிறார்கள். புலாலைத் தின்றால் அவர்கள் நரகத்திற்குத்தான் செல்வார்கள் என்கிறார் திருவள்ளுவர்.

"உண்ணாமை உள்ளது உயிர் நிலை ஊனுண்ண
அண்ணாத்தல் செய்யாது அளது"

உயிர்கள் உடம்பு பெற்று வாழ்வது, ஊன் உண்ணாமலிருத்தலை அடிப்படையாகக் கொண்டது என்றும், ஊன் உண்டால் அவன் நரகத்தில் என்றென்றைக்கும் இருப்பான் என்றும் கூறுகிறார் வள்ளுவர்.

உலகத்தில் உயிருள்ள பொருள்கள், உயிரில்லா பொருள்கள் என்று இரண்டு வகை உண்டு. உயிரில்லாப் பொருள்கள் என்று நினைக்கப்படும் பல பொருள்களும் உயிருள்ளவையே. ஆகவே காய்கறி தின்று வசிக்கக் கூடியவர்கள் தாங்கள் சாப்பிடும் பொருள்களில் உள்ள உயிரை சாதாரணக் கண்ணால் பார்க்க முடிவதில்லையே ஒழிய, "மைகிராஸ்கோப்" *(Microscope)* மூலமாகப் பார்க்க இயலும். ஆகவே, ஊன் உண்ணக் கூடியவர்கள் நரகத்திற்குச் செல்வார்கள் என்று கூறுவது கோடானுகோடி மக்கள், ஏன் எல்லா மக்களுமே நரகத்திற்கு செல்வார்கள் என்பதுதான் ஆகும்.

இது ஒரு புறமிருக்க, பாரத நாட்டில் அசுவமேதயாகம் என்றும் திருமணத்தில் கோ மாமிசம் சாப்பிட வேண்டும் என்ற சம்பிரதாயம் இருந்து வந்துள்ளது. இன்று கோடிக்கணக்கான ஏழை மக்கள், குறிப்பாக தொழிலாளர்களும் விவசாயிகளுக்கும் கோ மாமிசம் சாப்பிடுவதை இந்து மதத்தின் பெயரால் எதிர்க்கிறார்கள் என்றால், இந்து மதத்திலுள்ள ஜாதிக் கொடுமைகளையும் உயர்ந்த ஜாதி, தாழ்ந்த ஜாதி, ஜாதி இந்துக்கள், ஹரிஜனங்கள் என்ற பாகுபாட்டை அப்படியே பேணிக்காக்க வேண்டுமென்று கூறுகிறார்கள் என்பதுதான் பொருள்.

மாமிசம் சாப்பிடுபவர்கள் மூளை பெரிதாகவும், அவர்கள் உடல் ஆரோக்கியமாகவும், அவர்கள் அறிவாளிகளாகவும் இருக்கிறார்கள் என்பது சரித்திரம் கண்ட உண்மை.

எது எப்படி இருந்த போதிலும், மாமிசம் சாப்பிடுவது இரண்டு முக்கியமான முன்னேற்ற கட்டங்களுக்கு மனிதனை இட்டுச் சென்றிருக்கிறது - தீயை கட்டுக்குள் அடக்குவதும், கால்நடைப் பிராணிகளை வீட்டில் வளர்ப்பதுமே ஆகும். உணவை தீயைக் கொண்டு சமைப்பதால் ஜீரணம் செய்வதைச் சுலபமாக்கியது. பிராணிகளை வீட்டில் வளர்ப்பதால், வேட்டையாடி உணவை சேகரிப்பதுடன், வீட்டிலேயே உள்ள கோழி, ஆடு, மாடுகளை உணவாகக் கொள்ள வசதி ஏற்பட்டது. இது மட்டுமின்றி பால், முட்டை முதலியன ஏராளமாக கிடைக்கவும் செய்தது. இவைகளை உணவாகக் கொள்ள முடிந்தது. இவை இரண்டும் மனிதன் விடுதலை பெற்று, மேலும் வளர உதவின.

எப்படி உணவாகக் கொள்ளத் தக்கதனைத்தையும் கொள்ள மனிதன் கற்றுக் கொண்டானோ, அவ்வாறே பல்வேறு தரப்பட்ட சீதோஷ்ண நிலைகளிலும் வாழப்பயிற்சி பெற்றான். உலகம் பூராவும் சுற்றத் தொடங்கினான். மனிதனைத் தவிர வேறெந்தப் பிராணியும் இவ்வாறு உலகம் பூராவும் சுற்றும் தன்மை கொண்டதல்ல.

ஆதி மனிதன் இருந்த உஷ்ணமான பிரதேசங்களிலிருந்து, குளிர்ச்சி மிகுந்த இடங்களுக்குச் சென்று வசிக்கத் தொடங்கினான். அங்கு கோடைக்காலம், மாரிக்காலம் என்று இரண்டு காலங்கள் இருந்தன. காலத்திற்குத் தகுந்தாற் போல் ஆடை அணிய வேண்டிய நிர்பந்தம் ஏற்பட்டு; இந்த நிர்ப்பந்தத்திற்கு இணங்க அவன் உழைப்பும் இருக்க வேண்டியதாயிற்று. இது மேலும் மனிதனை மற்றுமுள்ள பிராணிகளிடமிருந்து பிரித்தது.

கரங்களால் உழைப்பும்; பேசும் தொண்டைகளின் அமைப்பும், சிந்திக்கும் மூளையும், மனிதனின் பரிணாம வளர்ச்சிக்கு மேலும் பெரிதும் காரணமாக இருந்தன. மனிதர்கள் கூட்டமாக வாழ்ந்து வந்ததும் இவ்வளர்ச்சிக்கு உதவியது. மனிதர்கள் கூட்டில் பல சிக்கல் மிகுந்த, நுட்பமான வேலைகளைச் செய்யத் தொடங்கினர். இவைகளில் வெற்றி காணக் காண மேலும் மேலும் பல நுட்பமான வேலைகளைக் கற்பனை செய்து அவ்வாறு எண்ணியவாறே செய்யத் தொடங்கினர். வாழையடி வாழையாக வேலை முறைகள், நோக்கங்கள் இந்நோக்கங்களை அடைவது என்ற நிலை ஏற்பட்டது. மனித வளர்ச்சி எல்லையில்லா வளர்ச்சியாகக் காணப்பட்டது. வேட்டையாடுவது, ஆடு மாடுகளை வளர்ப்பது என்பதுடன், ஏர் உழுது பயிர் செய்வது என்பதும் ஏற்பட்டது. பிறகு நூல் நூற்பது, தறி போட்டு துணி நெய்வது, உலோகங்களைக் கொண்டு வேலை செய்வது, மண்பாண்டங்களைச் செய்வது, கடல் மேல் போக

கப்பல்கள் கட்டுவது - இவை அனைத்தும் படிப்படியாக மனித சமுதாய வளர்ச்சியை பளிங்கு போல் எடுத்துக் காட்டுகின்றன.

வியாபாரம், தொழில் வளர்ச்சியுடன் கலை, நாகரீகம், விஞ் ஞானம் தோன்றின. மனிதக்கூட்டங்களின் பரிணாம வளர்ச்சியின் விளைவாக தேசங்களும் அரசும் ஏற்பட்டன. சட்டம், அரசியல் ஏற்பட்டன. இவைகளுடன் மனித சமுதாயத்தின் பிரதிபிம்பம் போல், விசித்திரமான தொன்று மனிதனின் மூளையில் ஏற்பட்டது. அது தான் மதமும் கடவுள் வழிபாடும் ஆகும்.

மனிதன் சிருஷ்டிப்பு அனைத்தும் முதலில் மனிதனின் சிந்தனை யாகத் தோன்றின. சிந்தனை செய்ததை நடைமுறையில் கொண்டு வர மனிதன் முயற்சித்தான். வெற்றியும் கண்டான். இவ்வாறு சிந்தனை செய்து நடைமுறையில் சிருஷ்டிக்கப்பட்ட பொருள்களால் மேலும் மேலும் ஆதிமனிதன் சிந்திக்காமலேயே செய்யப்பட்ட பொருள்கள் பின்னுக்குத் தள்ளப்பட்டன. நாகரீகம் ஏற்பட்டதற்கே மனிதன் சிந்தனை பிரதான காரணமாக இருந்துள்ளது. மனிதனின் தேவை, மனிதனின் மூளையில் இடம் பெற்று, அவன் சிந்தனை யாகக் காட்சியளித்தது. சிந்தனை நடைமுறை வழிகாட்டிபோல் காட்சி அளித்தது. சிந்தனை செய்து பொருளைத் தயாரித்தால், சிந்தனைதான் முதல், பொருள் பிறகு தான் என்ற கருத்து, எண்ணம் முதல்வாதத் தத்துவம் ஏற்பட உதவிற்று. எனவே உலகாயதவாத இயற்கை விஞ்ஞானிகள் டார்வின் ஜீவராசிகள் தோன்றிய விதத்தை ஏற்றுக் கொண்ட போதும் மனிதன் மனிதனாகத் திகழ உழைப்பின் பாத்திரத்தை தெளிவாகக் காணக் கஷ்டப்படுகின்றனர்.

மனிதன் தன் உழைப்பினால் தன்னைச் சுற்றி இருக்கும் இயற்கையை மாற்றுகிறான். அவ்வாறே, எல்லா ஜீவராசிகளுக்கும் தன் உழைப்பால், அதிபதியாகக் காட்சியளிக்கின்றான். மனிதனுக் கும் இதர ஜீவராசிகளுக்கும் இடையே உள்ள இதுதான் மிக முக்கிய மானதோர் வித்தியாசமாகும். இதற்கு மனிதன் உழைப்பே முக்கிய காரணம். ஆனால் இயற்கையை முற்றிலும் மாற்ற மனிதனால் இயலாது; அதன் விதிகளை தன்னலனுக்காக பயன்படுத்திக் கொள்ள முடியும் என்பதே பொருளாகும். ஆகவே எண்ணம் வேறு, எதார்த்த உலகம் வேறு என்று எண்ணுவதே கற்பனையாகும். மதம், கடவுள் வழிபாடு என்பதெல்லாம் இந்த ஒருமைப் பாட்டை உணர முடியாததால் ஏற்பட்டதேயாகும்.

கோடானு கோடி ஆண்டுகளுக்குப் பிறகுதான் இயற்கையின் கோட்பாடுகளை நாம் உணர முடிந்துள்ளது என்றால், சமுதாய விளைவுகளை உணர்வது மிகக் கடினமே.

# குடும்பம் தோன்றிய விதம்

மனித சமுதாயம் கூட்டம் கூட்டமாக வாழத் தொடங்கிய கதையை ஏற்கனவே கூறி உள்ளோம். அடுத்தாற் போல் குடும்பம் என்பது எவ்வாறு, எப்பொழுது, எப்படி ஏற்பட்டது என்பதைப் பார்ப்போம்.

மனித சமுதாய வளர்ச்சியைப் பற்றி மார்கன் தன் பிரசித்தி பெற்ற நூலாகிய "புராதீன சமுதாயம்" *(Morgan - Ancient Society)* என்பதில் மிகத் தெளிவாக விளக்கி உள்ளார்.

தங்கள் உணவைத் தேடிக் கொள்ளும் முறை, இம்முறையில் ஏற்பட்ட வளர்ச்சி தான் மனிதனை இவ்வுலகின் அதிபதியாக்கியது. குடும்பமும் இவ்வளர்ச்சியை ஒட்டித்தான் ஏற்பட்டது.

ஆதிகாலத்தில், ஒவ்வொரு குலத்திலும் *(Tribe)* உள்ள ஆண் பெண் அனைவருமே குடும்பம் போல் இருந்தனர். அதாவது அந்தக் குலத்தில் உள்ள எல்லா ஆண்களும் அந்தக் குலத்தில் உள்ள எல்லாப் பெண்களின் புருஷர்களாகவும், அக்குலத்தில் உள்ள எல்லாப் பெண்களும், ஆண்களின் மனைவிகளாகவும் இருந்தனர். எனவே ஈன்றெடுத்த குழந்தைகளின் தகப்பன் இவன், அவன் என்று கூற முடியாதிருந்தது. இந்த ஆதி சரித்திரத்தை பல பூர்ஷ்வா நிபுணர்கள் பார்க்க மறுக்கின்றனர். காரணம் இவ்வளவு "வெட்ககரமான" காலத்தைப் பற்றி கூறாமலிருப்பது நல்லது என்பது போலும்!

ஆனால் பால் ஊட்டும் ஜந்துக்களுக்கிடையே ஆணும் பெண்ணும் இஷ்டம் போல் கலந்து போகம் செய்வது என்பது சர்வ சாதாரணமாக இருந்து வருகிறது. ஆனால் பெண் மிருகம் குறிப்பிட்ட ஆண் மிருகமல்லாது வேறெங்கும் செல்வதில்லை. மனிதர்களிடையே ஆதிகாலத்தில் இந்த விதிவிலக்கு இல்லாமல்தான் இருந்தது. அதாவது கூட்டமாக விவாகம் செய்வது, ஒரு ஆணுக்கு பல மனைவிகள் *(Polygamy)* ஒரு பெண்ணுக்கு பல புருஷர்கள்

*(Polyandry)* என்றெல்லாம் இருந்தது. ஒரு குலக் கூட்டம் மற்றொரு குலக் கூட்டத்துடன் விவாகம் என்றால், இந்தக் கூட்ட ஆண் களுக்கெல்லாம் அந்தக் கூட்ட பெண்கள் அனைவரும் மனைவிகள், அவ்வாறே அந்தக் கூட்டப் பெண்களெல்லாம் இந்தக் கூட்ட ஆண்களின் மனைவிகள் என்றிருந்தது. பொறாமை என்பது சமீப காலத்தில் தோன்றியதே ஒழிய, ஆதிகாலத்தில் இதற்கு இடமே இல்லாமல்தான் இருந்தது.

ஆதியோடந்தமாய்ப் பார்க்கும் பொழுது, இரத்த சம்பந்தமான குடும்பம் என்பது முதன்முதலாக இருந்தது என்று கூறலாம். இங்கு திருமண கோஷ்டிகள் பரம்பரையை ஒட்டி இருந்தது. எல்லா தாத்தாக்களும், எல்லாப் பாட்டிகளும் புருஷன் பெண் ஜாதிகளாகத் தான் இருந்தனர். அவர்களுக்குப் பிறந்த குழந்தைகள், ஆண்கள் அனைவரும் பெண் குழந்தைகளின் கணவர்கள். அவர்கள் குழந்தை களும் இவ்வாறே வாழையடி வாழையாக இருந்து வந்தது. எனவே, சகோதரர்கள் ஒரு வயிற்றில் பிறந்த சகோதரிகளுடன் போகம் செய்வது இயல்பாக இருந்தது.

இந்த இரத்த சம்பந்தக் குடும்பமுறை இன்று அறவே இல்லை. அது முற்றிலும் மறைந்து விட்டது. அடுத்தபடியாக "புனலூவன" குடும்ப முறை ஏற்பட்டது. இந்த முறையில் தந்தை தாய் தன் சகோதரிகளுடன், போகம் செய்வது கைவிடப்பட்டது. அடுத்த படியாக சகோதரர் சகோதரிகளுடன் சேர்ந்து வாழ்வது தடுக்கப் பட்டது. இது படிப்படியாகத்தான் செய்யப்பட்டது.

தென் ஆப்பிரிக்காவில் நீக்ரோக்களிடையே ஒருமுறை இருந்து வந்தது. இந்த நீக்ரோக்கள் அனைவரும் இரு பெரும் பிரிவுகளாக பிரிக்கப்பட்டிருந்தனர் - "குரோகி" *(Kroki)* என்றும், குமுதி *(Kumite)* என்றும். குரோகி வகுப்பிலுள்ள ஆணும் பெண்ணும் சேர்ந்து வாழக் கூடாது என்றும், அவ்வாறே குமுதி வகுப்பிலுள்ள ஆணும் பெண்ணும் சேர்ந்து வாழக்கூடாது என்றும் கண்டிப்பான விதி ஒன்று இருந்து வந்தது. ஆனால் குரோகி வகுப்பில் பிறந்த ஆண் இயல் பாகவே "குமுதி" வகுப்பிலுள்ள எல்லாப் பெண்களுக்கும் புருஷனா வான். அதே விதமாக குரோகி வகுப்பில் பிறந்த பெண் குமுதி வகுப்பிலுள்ள எல்லா ஆண்களுக்கும் மனைவியாவாள்.

தனி நபர்கள் அல்ல, கூட்டம் கூட்டமாகத்தான் அன்று திருமணங் கள் நடைபெற்றன. அதாவது மேற்கூறியவாறு "அ" இனத்திற்கும் "ஆ" இனத்திற்கும் திருமணமென்றால் "அ" இனத்தில் ஆண்களும் இருப்பார்கள் பெண்களும் இருப்பார்கள்; அவ்வாறே "ஆ" இனத்திலும். "அ" இனத்தில் உள்ள ஆண்கள் அனைவரும் "ஆ"

இனத்தில் உள்ள பெண்கள் அனைவரின் புருஷர்கள். "அ"வில் உள்ள பெண்களனைவருக்கும் "ஆ"விலுள்ள ஆண்கள் அனைவரும் புருஷர்கள். இவ்வாறு தான் ஆதிகாலங்களில் திருமணங்கள் நடைபெற்று வந்தன. ஆகவே, "அ" இனத்தைச் சேர்ந்த ஆணுக்கு "ஆ" இனத்தைச் சேர்ந்தவள் யாராக இருந்தாலும் அவன் மனைவி என்ற உறவு இருந்ததால், தனக்குப் பெண்ணாகப் பிறந்தவள் கூட தனக்கு மனைவி என்ற ஸ்தானத்தில்தான் இருந்தாள். அன்றிருந்த சமுதாய நியதி இந்த முறையை ஆட்சேபிக்கவில்லை. தவறு என்று கூறவில்லை.

இவ்வாறு ஒருவனுக்கு பல மனைவிகள், ஒருவளுக்கு பல புருஷர்கள் என்றிருந்த போதும், ஒருவன் ஒருவளைத் தன் பிரதான மனைவியாகக் கருதுவதும், ஒருவள் ஒரு புருஷனைத் தன் பிரதானப் புருஷனாகக் கருதுவதும் முறையே இருந்து வந்தது.

இப்படிக் காலப் போக்கில் ஆணும் பெண்ணும் பலவிதமாக இருந்ததெல்லாம் போய், ஒரு ஆண் ஒரு பெண்ணைத் திருமணம் செய்து கொள்வது என்பது ஏற்பட்டது. இவ்வாறு நடைபெற்ற திருமணங்களில் ஆதிகாலத்தில் ஆண் பெண்ணைப் பார்ப்பதோ, அல்லது பெண் ஆணைப் பார்ப்பதோ என்றில்லை. அதற்குப் பதிலாக இவ்விருவர் தாயார்களும் பார்த்து முடிவு செய்வரர்கள்; இதுதான் பழக்கத்தில் இருந்து வந்தது. இது புராதீன கம்யூனிஸ்ட் குடும்பமாக மாறிற்று. புராதீன கம்யூனிஸ்ட் குடும்பத்தில் பெண்ணின் மேலாதிபத்தியம் ஓங்கி நின்றது. தாய் மிக உன்னதமான ஸ்தானத்தில் வைக்கப்பட்டாள்.

உண்மையில் ஆதிவாசிகளிடையே கூட ஆரம்பத்திலிருந்து பெண் உயர்ந்த ஸ்தானத்தில்தான் வைக்கப்பட்டு வந்துள்ளாள்.

அடிமைத்தனம் என்பது மனிதன் காட்டுமிராண்டியாய் இருந்த காலத்தில் தோன்றவில்லை. அதற்கு அன்று அவசியமும் இல்லை. ஆனால், எப்பொழுது உலோகப் பாத்திரங்கள், உல்லாச வாழ்க்கைக்குரிய சொத்துப் பத்துகள் ஏற்பட்டனவோ, அக்காலத்தில் தான் அடிமைகளைச் சொத்தாக கருதக்கூடிய நிலையும் அமைப்பும் ஏற்பட்டது.

இது ஏற்படுவதற்கு முன் தாய் முறையில்தான் சொத்து பத்துகள் - தாய்க்குப்பின் மகளுக்குச் சேரும் என்ற விதி, அதற்குப் பிறகு ஆண் குழந்தைகள் மட்டும் அந்த ஜென் *(Gen)* வம்சத்தை சேர்ந்தவர்கள் என்றும் பெண்கள் யாரைத் திருமணம் செய்து கொள்கிறார்களோ, அந்த ஜென் வம்சத்தை சேர்ந்தவர்கள் என்றும்

ஏற்பட்டது; இனிப் பெண்ணுக்கு சொத்தில் பாகப்பிரிவினை இல்லை என்று ஏற்பட்டது.

காரல் மார்க்ஸ் கூறுகிறார்:

"இன்றுள்ள நவீன குடும்பத்தில் அடிமைத்தனம் மட்டுமல்ல, ஆண்டை பண்ணையாள் என்ற முறையும் கருவாக இருக்கின்றன. காரணம் ஆதியிலிருந்து குடும்பம் விவசாயத்துடன் சம்பந்தப்பட்ட தாகும். சமுதாயத்திலும், அரசிலும் பெரிய அளவு வளரும் முரண் பாடுகள் அனைத்தும் சிறிய அளவில், கருவாக குடும்பத்தில் இருப்பதைக் காணலாம்."

இந்த முறையானது ஒருவன் ஒரு பெண்ணை மணம் செய்து கொள்ளும் வடிவத்தை எடுத்துக் காட்டுகிறது.

இங்கு ஆண் ஆதிக்கம் மேலோங்கி நிற்கின்றது. இந்தக் காலத்தி லிருந்துதான் மனித சரித்திரமே எழுதப்பட்ட சரித்திரமாகத் தோன்றுகிறது.

'குடும்பத்தின் தலைவன் தன் பிள்ளைகளின் மனைவிகளை தன் காமத்திற்கு இரையாக்குகிறான்' என்ற ருஷ்ய கிராமியப் பாட்டுகள் புலனாக்குகின்றன.

உண்மையில் ஒருவன் பல பெண்களுடன் காமபோகம் செய்வது என்பது அடிமை சமுதாயத்தில் இருந்திருக்க வேண்டும். தன் அடிமைகளைத் தன் இஷ்டம் போல் செய்யலாமல்லவா?

இன்றைக்கும் ஆசிய ஆப்பிரிக்க கண்டங்களில் பணக்காரர்கள், செல்வந்தர்கள் அடிமைகளைத் தங்கள் மனைவிகள் போல் நடத்து கிறார்கள். பெருவாரியான மக்களோ ஒரு மனைவி என்ற முறையைப் பின்பற்றுகின்றனர்.

"ஏகபத்தினி" குடும்ப முறை பொருளாதாரத்தின் அடிப்படையில் தான் தோன்றியது. காதல், அன்பு என்பது இன்றைய சமுதாயத்தில் தொழிலாளர்கள், ஏழைகள் இடையேதான் காண முடியும். நாகரீக சமுதாயத்தில் ஒருவன் ஒருவளைத் திருமணம் செய்து கொள்வது என்ற முறைதான் உள்ளது.

எனவே, குடும்பம் தோன்றிய முறைகளைப் பார்த்தால், காமம், காதல் போன்றவை மனிதனின் பரிணாம வளர்ச்சியில் பல விதமான உறவுகளை ஏற்படுத்தி, அன்று அதை மிகப் பொருத்தமானது என்று சமுதாயமே ஏற்றுக் கொண்டது என்பது தெளிவு.

## தனி உடமை ஏற்பட்ட முறை

குடும்பம் தோன்றிய விதத்திலிருந்து இன்று உள்ள முறை மனித சமுதாய வளர்ச்சியை எடுத்துக் காட்டுகிறது என்பதில் எவ்வித சந்தேகமும் இருக்க முடியாது. நியாயம் அநியாயம், நல்லது கெட்டது, கற்பு, அறம் என்று எல்லாக் காலத்திலும் அழியாக் கருத்துகளாக இருந்ததில்லை. காலம், நாடு, சுற்றுச் சார்பு, முதலிய வற்றை ஒட்டி இவைகளின் உள்ளடக்கங்கள் இருந்து வந்துள்ளன. இவைகளுக்கும் தெய்வீகத்துக்கும் எந்தவித ஒட்டுமில்லை, உறவு மில்லை.

கற்புக்கு தனிச்சிறப்பு இல்லை. அதனால் ஒருவர் கடவுளை அடைவார் என்பதில்லை. கற்பினால் பல நன்மைகளை இவ்வுலகில் அடையலாம் என்பதில் சந்தேகமில்லை. அறன் என்பது எல்லாக் காலத்திலும் அப்படியே இருந்ததில்லை. மனித சமுதாய வளர்ச்சி யுடன் அறன் என்பதற்கு பல்வேறு இலக்கணம் கூறப்பட்டு வந்துள்ளது. இன்றுள்ள குடும்பமும் காலப்போக்கில் மாறும் என்பதில் சந்தேகமில்லை.

இவ்வாறே தனிச் சொத்துரிமை என்பதற்கு ஓர் சரித்திரமுண்டு. மனிதன் மனிதனாக வாழத் தொடங்கிய காலத்தில், அதாவது உழுது பயிர் செய்து உணவுப் பொருட்களை உற்பத்தி செய்யத் தொடங்கிய காலத்திலிருந்த தனிச் சொத்துரிமை என்பதில்லை. எல்லாம் கூட்டில்தான் இருந்தன. அந்தச் சமுதாய அமைப்பில் மன்னன் இல்லை, அரசு இல்லை, அடிமை, ஆண்டை என்பதில்லை. வாங்குவாருமில்லை - கொடுப்பாருமில்லை, எல்லோரும் சமமாக வாழ்ந்த வந்தனர்.

நிலமனைத்தும் எல்லோருக்கும் சொந்தமாகத்தான் இருந்து வந்தது. ஆடு மாடுகள் அனைத்தும் பொதுச் சொத்தாகத்தான் இருந்தன.

அவரவர் தேவைக்கு வேண்டியதை சமுதாயம் பூர்த்தி செய்தது. கிராமச் சலவைத் தொழிலாளி, கிராம அம்பட்டன், கிராமக் கருமான், கிராமத் தச்சன் முதலியவர்களின் குடும்பத் தேவை அனைத்தையுமே கிராமவாசிகள் பூர்த்தி செய்தனர்.

எல்லோரும் ஓர் குலம், எல்லோரும் சகோதரர்கள் என்று தான் வாழப் பிறந்தவர்களாகத் திகழ்ந்தனர்.

அமெரிக்க இந்தியர்களின் குலமுறை (Gentile) வாழ்க்கை மிக வளர்ச்சி பெற்றதாக இருந்தது. ஒரு குலம் (Tribe) பல பகுதிகளாகப் பிரிக்கப்பட்டது. ஆனால் பெருவாரியாக இரு குலமுறை (Gentiles) யாகத் தான் பிரிந்தது. ஜனத் தொகை அதிகரிக்க அதிகரிக்க இவை மேலும் பல குலமுறைகளாக பிரிந்தன. அன்றிருந்த சமுதாய நிலைமைக்கு இவை போதுமானதாக இருந்தன. வெளி விவகாரங் களில், ஒரு யுத்தத்தின் மூலம் பல பிரச்சனைகளும் முடிவு செய்யப் பட்டன. இவ்வாறு நடைபெற்ற யுத்தங்களில் ஒரு குலம் (Tribe) பரி பூரணமாக அழிக்கப்பட்டதே ஒழிய, அடிமைப்படவில்லை என்பது இந்தக் குல முறையின் (Gentile Order) தனிச் சிறப்பாகும்.

அதாவது ஆளவந்தார்களும் இல்லை, அடிமைகளாக ஆளப் பட்டவர்களும் இல்லை.

உள் விஷயங்களில் குல முறைகளில் உரிமைகளென்றோ கடமை யென்றோ வகுக்கப்படவில்லை, பொதுப் பணியில் ஈடுபடுதல், பழிக்குப் பழி வாங்குதல், செய்த தவறுக்கு பிராயச்சித்தம் செய்தல் இவை உரிமைகளா, கடமைகளா என்று கேட்டால் அவர்கள் சிரித்திருப்பார்கள். உண்ணுதல், உறங்குதல், வேட்டையாடுதல் உரிமைகளா கடமைகளா என்ற பிரச்சனைகளே அர்த்த மற்றவை என்றுதான் கருதினார்கள்.

எந்தக் குல முறையோ, குலமோ பல்வேறு வர்க்கங்களாக பிரிய வில்லை. எனவே அந்தக் கால பொருளாதார நிலைமைகளை நாம் பார்க்கவேண்டும்.

அந்தக் காலத்தில் ஜனத் தொகை மிக சொற்பமாகத்தான் இருந்தது. ஒரு குல மக்கள் வாழ்ந்து வந்த பிரதேசத்தில் ஜனத் தொகை அடக்கமாக இருந்தது. அந்தப் பிரதேசத்தை ஒட்டி அகண்ட வேட்டையாடும் காடுகள், இவைகளுக்கப்பால் பொதுக் காடுகள். இப்பொதுக் காடுகள் ஒரு குல மக்களை மற்றொரு குல மக்களி லிருந்து பிரிக்க உதவியது மட்டுமின்றி, ஒருவரை ஒருவர் தாக்காம லிருக்கவும் பாதுகாப்பு அளித்தன.

வேலைப் பிரிவினை மிகப் புராதீனமானதாக அமைந்து இருந்தது. வேலை இரு பிரிவினைதான் - ஆண்கள் வேலை, பெண்கள் வேலை என்பதே! ஆண்கள் யுத்தத்திற்குச் சென்றனர், வேட்டையாடினர், மீன் பிடித்தனர், உணவுக்குத் தேவையான உணவுப் பொருட்களை சேகரித் தனர். இவைகளுக்குத் தேவையான கருவிகளைத் தயாரித்தனர்.

பெண்களோ வீட்டைக் கவனித்துக் கொண்டனர், சமையல் செய்தனர். அணியும் ஆடைகளை தயாரித்தனர், நெய்தல் வேலை செய்தனர், தையல் வேலை செய்தனர். அவரவர்கள் எல்லையில் அவரவர்கள் அதிகாரி - அதிபதி. ஆண்கள் காடுகளில், பெண்கள் வீடுகளில், அவரவர்கள் கருவிகளுக்கு அவர்களே சொந்தக்காரர்கள். வேட்டையாடும் ஆயுதங்கள், மீன் பிடிக்கும் கருவிக்கு ஆண்கள் உடமையாளர்கள்; வீட்டில் உள்ள சாமான்கள், பாத்திரங்களுக்கு பெண்கள் உரிமையாளர்கள்.

குடும்பங்களில் பலரும், பல குடும்பங்களும் ஒரே வீட்டில் கம்யூனிச முறையில் வாழ்க்கை நடத்தி வந்தனர். என்னவெல்லாம் உற்பத்தி செய்யப்பட்டு, பொதுவில் உபயோகப்படுத்தப்பட்டு வந்ததோ, அவை அனைத்தும் பொதுச் சொத்தாக இருந்தது - வீடு, தோட்டம், பெரிய படகு முதலியன. சொத்துரிமை என்பது சம்பாதித்த சொத்துரிமை ஆகும் என்றும், அது இன்றுள்ள நவீன சமுதாயத்தின் தனிச்சிறப்பு என்பதும் எவ்வாறு சுத்த அபத்தம் என்பதை மேற்குறிப்பிட்டுள்ளவை தெளிவுபடுத்துகின்றன.

ஆனால் மனிதன் உலகெங்கும் இந்த நிலையில்தான் இருந்தான் என்று சொல்ல முடியாது. ஆசிய கண்டத்தில் பல பிராணிகளை வீட்டில் வளர்ப்பதிலும், அவைகளை பெருகச் செய்வதிலும் வெற்றி யைக் கண்டான். காட்டு எருமையை வேட்டையாட வேண்டிய தாயிற்று. ஆனால் வசப்படுத்தப்பட்ட பசுவோ பாலைத் தருவதுடன், ஆண்டு தோறும் கன்றை போட்டுத் தருவதன் மூலம் மனிதனின் சொத்துரிமை பெருகிற்று. சில பல முன்னேற்றமடைந்த குலங்கள் இதையே தொழிலாகவும் வைத்துப் பிழைத்தனர்.

காட்டுமிராண்டி மனிதன் அல்லது அரைகுறை மனிதனுக்கும் - நாட்டுப்புறத்தில் வாழ்ந்த மனிதனுக்கும் சமுதாய உழைப்புப் பாகுபாடுதான் முக்கிய வித்தியாசமாக இருந்தது. நாட்டுப்புற மனிதன் உணவுற்பத்தியை பெருக்கிக் கொண்டான் என்பது மட்டு மின்றி, காட்டு மிராண்டி மனிதனை விட பல ரக உணவுப் பொருட்களை உற்பத்தி செய்தான்.

பால், பால்பண்டங்கள் மட்டுமின்றி தேவைக்கதிகமான அளவில் மாமிசமும் கிடைத்தது. தோல், ஆட்டு ரோமம், பஞ்சு

இதனால் தயாரிக்கப்பட்ட துணிமணி முதலியன நாட்டுப்புற மனிதர்களின் பொதுச் சொத்தாயின. பண்டமாற்று என்பது இக் காலத்தில்தான் ஆரம்பமாயிற்று. இதற்கு முன் இருந்த பல சட்டங் களில் பண்டமாற்று இருந்தது என்றால் அது இங்கும் அங்கும் எப்போதோ ஏற்பட்டதே தவிர. நாட்டு மனித காலத்தில் இருந்ததைப் போல் ஏற்படவில்லை. நாட்டு மனித சமுதாயம் ஏற்பட்ட பின்னர்தான் ஒரு குல இனத்திற்கும் மற்றொரு' குல இனத்திற்கும் இடையே பண்டமாற்றம் செய்ய வாய்ப்பு ஏற்பட்டது.

ஏற்கனவே இருந்துள்ள பல கட்டங்களில், சமுதாயத்தில் சில சமயங்களில் இங்குமங்கும் பண்டமாற்றம் செய்திருக்க வேண்டுமே தவிர, முறையாக இருந்தது என்று கூற முடியாது. ஆயுதங்கள், கருவிகள் உற்பத்தியினால் திறமை ஏற்பட்டிருக்க வேண்டும். நியோலிதிக் (*Neolithic*) காலத்தில் கல்லால் செய்யப்பட்ட கருவிகளைத் தயாரிக்கும் பட்டரைகள் இருந்தன என்று தெரிய வருகிறது.

இந்த பட்டரைகளில் வேலை செய்தவர்கள் தங்கள் திறமையை பூரா சமுதாய நலனுக்காக அர்ப்பணம் செய்தனர் என்பதில் சந்தேகமேயில்லை, இந்தியாவிலும் வெள்ளையன் ஆட்சி வந்த பிறகுகூட ஆயிரக்கணக்கான கிராமங்களில் குல முறை சமுதாயம் தான் இருந்து வந்தது. அச்சமுதாயத்திலிருந்த கைத்தொழில் செய்பவர் தங்கள் திறன் அனைத்தையும் பொதுச் சொத்தாகத்தான் அர்ப்பணித்திருந்தனர்.

ஆரம்ப கட்டத்தில் குல முறை சமுதாயத் தலைவன் மூலம் ஒரு குல முறை மற்றொரு குலமுறையுடன் பண்டமாற்றம் செய்தது. ஆடு, மாடுகள் தனி உரிமையான பிறகு நேரடியாக ஒருவருக் கொருவர் இடையே பண்ட மாற்றம் நடைபெற்றது. பண்டங்களைக் கொடுத்த ஆடு மாடுகளை வாங்குதலும், ஆடுமாடுகளைக் கொடுத்து பண்டங்களை வாங்குதலும் பொதுவான பண்டமாற்று முறையாக இருந்தது. பண்டமாற்றத்தக்கு ஆடு, மாடுகள் பணம் போல் இருந்தன. பண்டமாற்றத்திற்கு பொதுப் பண்டமாகிய பணம் தேவைப்பட்டது. பணத்தின் பணியை ஆடு மாடுகள் செய்தன.

ஆடு மாடுகளைப் பேணிக் காப்பது மிக அவசியமாயிற்று. சில தானியங்களை உற்பத்தி செய்து ஆடு மாடுகளுக்குப் போட்டனர். இதன் முலம்தான் தானியங்களைப் பயிர் செய்து மனிதன் தன் உணவாக்கிக் கொண்டான். அக்காலத்தில் பயிர் செய்யும் நிலமனைத்தும் குலமுறைச் சொந்தமாகத் தான் இருந்தது. பிறகு குடும்பங்களுக்கு அவர்களுடைய தேவையைப் பூர்த்தி செய்து

கொள்ள அளிக்கப்பட்டது. நாளடைவில் இது தனி நபர்கள் சொத்தாய் விட்டது.

தொழில் துறையில் சொத்துரிமையில் இரு முக்கிய கட்டங் களுண்டு. முதலில் தறி; இரண்டாவதாக உலோகங்களை உருக்குதல், தாமிரம், டின், அவைகளின் கலவைகள், வெங்கலம் மிக முக்கிய மானவை. வெங்கலத்தைக் கொண்டு பயன்படும் கருவிகளையும், ஆயுதங்களையும் தயாரித்தனர். ஆனால் கற்களால் செய்யப்பட்ட கருவிகளை தள்ள முடியவில்லை. தங்கமும், வெள்ளியும் அக் காலத்தில் கண்டு பிடிக்கப்பட்டன. ஆனால் அவைகள் ஆபரணங் களாகத் தான் பயன்பட்டன.

ஆடு மாடுகளை வளர்ப்பது, விவசாயம், கைத் தொழில் முதலியன தேவைக்கு அதிகமாக உற்பத்தி செய்ய முடிந்தது. ஆனால் ஒரு குல முறையோ, குடும்பமோ வேலை செய்யும் நேரம் அதிகரித்தது. உழைப்புச் சக்தியைக் கூட்டவேண்டியதாயிற்று. இது யுத்தத்தின் மூலம் கிட்டிற்று, யுத்தத்தின் மூலம் பிடிக்கப்பட்டவர்கள் அடிமை களாக்கப்பட்டனர். இயல்பாகவே சமுதாய வேலைப் பிரிவினை, அடிமை முறையை சரித்திரப் பூர்வமாகக் கொண்டு வந்தது. இந்தக் காலத்தில்தான் எஜமானன் - அடிமை, சுரண்டுவோர் சுரண்டப் படுவோர் என்று இரு வர்க்கங்கள் தோன்றின.

எப்போது, எந்த சமயத்தில் பொதுச் சொத்தாக இருந்த நிலம், ஆடு மாடுகள் தனிச் சொத்தாயின என்று இன்றைக்கும் நாம் திட்ட வட்டமாகக் கூற இயலாது. ஆனால் பொதுவாக இந்தக் காலக் கட்டத்தில்தான் ஏற்பட்டிருக்க வேண்டும்.

மந்தைகளும், புதிய பொருள்களும் சொத்துக்களாக இருந்தது, குடும்பத்தில் பெரியதோர் புரட்சியைக் கொண்டு வந்திருக்க வேண்டும். உயிர் வாழத் தேவையான பொருள்களை சேகரிப்பது மனிதன் முதல் பெருங்கடமையாக இருந்திருக்க வேண்டும் என்பதில் சந்தேகமில்லை. அவன் உற்பத்தி செய்தான், உற்பத்தி சாதனங்களின் சொந்தக்காரனாகவும் இருந்தான்.

மந்தைகள் உற்பத்தியின் புதிய கருவிகளாக இருந்தன. இவை களை முதலில் வசப்படுத்துவது அவன் கடமையாயிற்று. வசப் படுத்திய பின் அவைகளின் சொந்தக்காரனானான். இவைகளை பண்டமாற்றம் செய்து பண்டங்களையும், அடிமைகளையும் வாங்கி னான். இவை இவன் சொந்தமாயின. எனவே உற்பத்தியின் உபரி அனைத்தும் அவன் சொந்தமாயின. வீட்டிலிருந்த மனைவி இவை களை அனுபவித்தாள். ஆனால் அவளுக்குச் சொத்துரிமை இல்லை.

யுத்த வீரனும், வேட்டையாடுபவனும் பெண்ணுக்கு முதலிடம் கொடுத்து அவன் இரண்டாம் பட்சமாகத்தான் இருந்தான். ஆனால், ஆடு - மாடு மேய்ப்பவனோ, தன் சொத்துரிமையைக் கொண்டாடி, தான் முதலிடத்தில் அமர்ந்துக் கொண்டு, பெண்ணை இரண்டாம் பட்சமாகத் தள்ளி விட்டான். அவளும் குறைகூற முடியாமல் போய் விட்டது. வேலைப் பிரிவினை அவளுக்கு இந்த அவல நிலையை ஏற்படுத்தியது. ஆண் வெளியிற் சென்று உணவையும், சொத்தையும் சம்பாதித்தான்; பெண்ணோ வீட்டு வேலைகளை கவனிப்பதும், சமையல் செய்வதும், அவள் வேலை அனைத்தும் ஆணுக்கு அடிமைப்பட்டிருப்பது மாயிற்று.

பெண்ணுக்கு சரி சமத்துவ உரிமை என்பது இல்லாமற் போயிற்று.

இன்றைய சமுதாயத்தில்தான் பெண்ணும் சம்பாதிக்க முடியும் என்ற நிலை ஏற்பட்டிருப்பதாலும், சமையல் செய்வது என்பது ஒரு பொதுத் தொழிலாக மாறியிருப்பதாலும், முதலாளித்துவ உற்பத்தி முறை ஆணையும், பெண்ணையும் சரிசமமாக்கி உள்ளது.

வீட்டுக்காரிக்கு இருந்த செல்வாக்கும் அதிகாரமும் போய், ஆண் ஆதிக்கம் வலியுறுத்தப்பட்டது. தாய் வழி உரிமை தகர்த்தெறியப் பட்டது. தகப்பன் வழி உரிமை அமுலாக்கப்பட்டது. பழைய திருமண முறைகள் அனைத்தும் போய், பரிணாம வளர்ச்சியில் இந்தக் காலத்தில் ஒருவன் ஒருத்தியை திருமணம் செய்து கொள்ளும் முறை (Monogamy-ஏகபத்தினி முறை) சமுதாய முறையாகத் திகழ்ந்தது.

இந்த முறை சமுதாயத்தில் பெரியதோர் மாற்றத்தைக் கொண்டு வந்தது. "வீரசகாப்தம்" என்ற சகாப்தம் வந்தது. இரும்பு வாள், இரும்புக் கலப்பை, இரும்புக் கோடரி ஏற்பட்டன, இரும்புக் கருவிகளைக் கொண்டு சமுதாயத்தில் பெரியதோர் மாற்றத்தைக் கொண்டு வர பயன்பட்டன. விவசாயம் பெரிய அளவு அபிவிருத்தி அடைய முடிந்தது. வனாந்திர மரங்களை கோடாரியைக் கொண்டு அழித்து சாகுபடி செய்யும் நிலமாக்க முடிந்தது. கைத் தொழில் செய்வோர் கைகளில் பலமான - உடையாத கருவிகள் கிடைத்தன. இவைகளைக் கொண்டு அவர்கள் ஏராளமான பொருள்களை உற்பத்தி செய்ய முடிந்தது. இவை அனைத்தும் திடீர் என்று ஏற்பட வில்லை. முதன்முதலில் உருக்கிய இரும்பு, வெங்கலத்தை விட மிருதுவாகத்தான் இருந்தது. இரும்பு மெல்ல மெல்லத்தான் நாளடைவில் கற்கால ஆயுதங்களை விலக்கி, அந்த ஸ்தானத்தில் வரமுடிந்தது. கி.பி. 1066ல் ஜெர்மானிய ஜென்கள் (Gens) இடையே நடைபெற்ற யுத்தங்களில்கூட கற்களால் செய்யப்பட்ட ஆயுதங்கள் தான் உபயோகப்படுத்தப்பட்டன என்று ஏங்கல்ஸ் கூறுகிறார்.

கல் வீடுகள் தோன்றின. செல்வம் பெருகத் தொடங்கிற்று. ஆனால் இச் செல்வமனைத்தும் தனி நபர் சொத்தாகத்தான் இருந்து வந்தது.

நெசவு, உலோகங்களை உருக்குதல், பல்வேறு தொழில்கள் நிபுணர்களால்தான் இயலும் என்ற நிலை ஏற்பட்டு வந்தது. விவசாயத்திலும் பெரியமாற்றம் - தானியங்கள் மட்டுமல்ல, பலவகைப் பழங்கள், எண்ணெய், மதுபானம் முதலியவற்றிற்கும் விவசாயம் காரணமாக இருந்தது. இவை அனைத்தும் தனிப்பட்ட ஆளால் செய்ய இயலாது என்பது தெளிவு. எனவே இரண்டாம் முறையாக மிகப் பெரிய வேலைப் பிரிவினை ஏற்பட்டது. கைத்தொழில் வேறு, விவசாயம் வேறு என்ற பாகுபாடு ஏற்பட்டது. உற்பத்திப் பெருக்கும், புதிய கருவிகளைக் கொண்டு உழைத்து அதிக உற்பத்தி செய்ததும் மனித உழைப்புச் சக்தியின் மதிப்பை அதிகரிக்கச் செய்தது.

அடிமை முறை, அதாவது எண்ணற்ற மக்களை அடிமைகளாக்கி வைத்துக் கொண்டு, அவர்களின் உழைப்புச் சக்தியை சுரண்டும் முறை நிரந்தரமாக்கப்பட்டது. அடிமைகள் மந்தை மந்தையாக ஓட்டிச் செல்லப்பட்டு, சாகுபடி நிலத்திலும், தொழில் ஆலைகளிலும் வேலை வாங்கப்பட்டனர்.

விவசாயம், கைத்தொழில் என்ற வேலைப் பிரிவின் விளைவாக, பண்டமாற்ற முறையும் ஏற்பட்டது. இதற்கு பண்டங்களை உற்பத்தி செய்ய வேண்டிய நிர்ப்பந்தமும் ஏற்பட்டது. வியாபாரம் துவக்கப்பட்டது. இவ்வியாபாரம் கடல் கடந்து பல்வேறு நாடு களுடன் நடத்தப்பட்டது. இவை அனைத்தும் நாளடைவில்தான் வளர்ச்சி பெற்றன. தங்கம், வெள்ளி பணப் பண்டமாக பண்ட மாற்றத்திற்கு உபயோகப்படுத்தப்பட்டன. ஆனால், அவைகளை காசாக வடித்தெடுக்க வில்லை. அதற்குப் பதிலாக எடை போட்டு கட்டி கட்டியாகப் பயன்படுத்தப்பட்டன. ஆண்டை, அடிமை என்ற வித்தியாசத்துடன், பணக்காரன் - ஏழை என்ற வித்தியாசமும் தோன்றிற்று.

வேலைப் பிரிவினை ஏற்பட்டதும், சமுதாயத்தில் புதிய வர்க்கப் பிரிவினையும் வந்து விட்டது.

எங்கெல்லாம் குடும்பங்களுக்கிடையே இவ்வாறு சொத்துரிமை வித்தியாசங்கள் ஏற்பட்டனவோ, அங்கெல்லாம் பழைய பொது உடைமைச் சமுதாயங்கள் உடைந்தன, பொதுவில் சாகுபடி செய்வது தகர்ந்தது. அவரவர்கள் சாகுபடி செய்வதற்காக என்று நிலம்

கொடுக்கப்பட்டது. பிறகு நிரந்தரமாகவே அவரவர்க்கு அளிக்கப் பட்டது. ஏகபத்தினி முறை வர, பழைய பொது உடமைச் சமுதாயம் எல்லா விதத்திலும் மாறியது. தனிச் சொத்துரிமை என்பது நிரந்தர மாக்கப்பட்டது. பொருளாதாரத் துறையில் ஒவ்வொரு குடும்பமும் தங்களைத் தாங்களே கவனித்துக் கொள்ள வேண்டும் என்ற நியதி நிலைநாட்டப்பட்டது.

ஜனத் தொகை அதிகரிப்பு இயல்பாகவே ஜனங்கள் நெருங்கி வாழவும், ஒன்றுபட்டு வெளி உலகத்தை எதிர்த்து நிற்கவும் செய்தது. எங்கும் சொந்தக்காரர், உறவினர்கள் ஒரு சமஷ்டியாக வாழவும், இரண்டறக் கலந்து வாழவும், ஒரே பிரதேசத்தில் குடியிருக்கவும் செய்தது. ஜென்கள் சமுதாயத்திற்கு ராணுவ தளபதி, இனத் தலைவர் கள் குழு, மக்கள் சபை ராணுவ ஜனநாயக அமைப்பாக மலர்ந்தது. யுத்தமும், யுத்தத் தயாரிப்புகளும் சமுதாய வாழ்க்கையின் இன்றி யமையாத செயல்களாயின. காட்டுமிராண்டிகள் அக்காலத்திலும் இருந்தனர். அவர்களுக்கு உற்பத்தி செய்வதை விட கொள்ளை அடித்து வாழ்வது சுலபமாக இருந்தது. யுத்தம் ஆக்கிரமிப்பை எதிர்க்க, அல்லது மண்ணாசையினால் என்பதற்குப் பதிலாக கொள்ளையடிக்கவும் யுத்தம் செய்யப்பட்டு வந்தது. இவ்வாறு கொள்ளையடிப்பதன் மூலம் ராணுவ தளபதியின் செல்வமும் செல்வாக்கும், வளர்ந்தன. குட்டித் தளபதிகளும் அதிகரித்து அவர் களும் சொல்வாக்கையும், செல்வத்தையும் அதிகரித்துக் கொண்டனர். வம்சமுறை ஆதியில் சகித்துக் கொள்ளப்பட்டது. பிறகு வலியுறுத்தப் பட்டது. அதற்கும் பிறகு அபகரிக்கப்பட்டது. இவ்வாறுதான் ராஜ வம்ச பரம்பரை ஏற்பட்டது.

எனவே ஜென் முறை சமுதாயம், தங்கள் சுய தேவைகளைப் பூர்த்தி செய்து கொண்டு வாழ்ந்த சமுதாயத்திலிருந்து பிறரை கொள்ளையடிக்கும் சமுதாயமாக மாறியது. இதுவே மக்கள் நலனையும் காலில் மிதிக்கும் கருவியாகி, அவர்களை ஆளும், அடிமைப்படுத்தும் அமைப்பாக மாறியது. ஜென் சமுதாயத்தில் சொத்து சேர்க்கும் பேராசை ஏற்பட்டு, இரு பிரிவாக, பணக்காரர் - ஏழை என்று ஏற்படாமல் இருந்திருந்தால், "ஜென்களிடையே சொத்துரிமை என்பது சமுதாய நலன் என்பதை மாற்றி அவர் களிடையே முரண்பாட்டை" (மார்க்ஸ்) கொண்டு வந்ததனால், அடிமை முறை வளர்ந்து அடிமையாக இருந்து உயிர் வாழ்வதை விட, கொள்ளையடித்து உயிர் வாழ்வது கௌரவம் என்றில்லாம லிருந்தால், மேற்கூறிய ஆளும், அடிமைப்படுத்தும் அமைப்பு ஏற்பட்டிருந்திருக்க முடியாது.

இந்தக் கால கட்டம்தான் நாகரீக சமுதாயத்தின் தலை வாயிலாகும். இந்தக் கட்டத்தில் உழைப்புப் பிரிவினை மேலும் வளர்ச்சி பெற்றது. நாகரீமற்ற சமுதாயத்தின் கீழ் கட்டத்தில், தன் தேவையைப் பூர்த்தி செய்து கொள்ள மனிதன் உழைத்தான். தற்செயலாக அதிகம் உற்பத்தி செய்த போதுதான் பண்ட மாற்றம் என்பது உண்டு. நாகரீகமற்ற சமுதாயத்தின் மத்திய காலத்தில் ஆடு மாடுகள் சொத்தாக இருந்தன. இவைகள் சுய தேவைக்கும் அதிகமாக உற்பத்தி செய்ததன் விளைவாக, பின்தங்கிய மக்களுக்கும் இவர்களுக்கும் இடையே இடைவெளி ஏற்பட்டது. எனவே, பண்ட மாற்றம் சர்வ சாதாரணமாயிற்று. நாகரீகமற்ற சமுதாயத்தின் பிற்பகுதியில் உழைப்புப் பிரிவினை வளர்ந்து, விவசாயம் - கைத் தொழில் என்ற பாகுபாடு ஏற்பட்டது. பண்டங்கள் சரளமாக பண்ட மாற்றம் செய்யப்பட்டன.

நாகரீகம் வேலைப் பிரிவினையை அதிகப்படுத்தி, நகரங்களுக்கும் கிராமங்களுக்கும் இடையே முரண்பாட்டை ஏற்படுத்தியது. வேலைப் பிரிவினையில் மூன்றாம் ரகம் ஒன்றை புகுத்தியது. உற்பத்தியில் எவ்விதப் பங்கும் எடுக்காது, பண்டமாற்றம் செய்வதே தொழிலாகக் கொண்ட கூட்டம் ஒன்று - வியாபாரிகள் என்பவர்களே இந்த ரகம்!

இதுவரை இருந்த, தெளிவாக ஒருவர்க்கமாக பிரிக்கப்படாத மக்கள், உற்பத்தியில் பூராவாக பங்கெடுத்தவர்கள் பெரிய உற்பத்தியில் பங்கெடுப்போர், சிறிய உற்பத்தியில் பங்கெடுப்போர் என்பது தான். பெரிய உற்பத்தியில் பங்கெடுப்போர் மானேஜர்களாகவும், உற்பத்தியில் நேரடி பங்கெடுக்காதவர்களாகவும், முதன் முதலாகக் காட்சி அளிக்கின்றனர். இது ஒரு வர்க்கமாகத் தோன்றி, உண்மை உற்பத்தியாளர்களை பொருளாதாரத் துறையில் அடிமைப்படுத்து கிறது. இருவித உற்பத்தியாளர்களுக்குகிடையேயிருந்து பொருளாதாரத்தைத் தன் கைகளில் கொண்டு சுரண்டுகிறது. இந்த வர்க்கம் உற்பத்தியாளர்களுக்கு உதவுவது போல், சமுதாயத்திற்கே மிக மிகத் தேவையான வர்க்கம் போல் நடித்து, அவர்கள் இல்லை என்றால் பண்ட மாற்றம் செய்வதே இயலாது என்று கூறி, சமுதாயத்தில் தனக்கென்று முக்கியமானதோர் இடத்தைப் பிடித்துக் கொண்டு, உற்பத்தியின் மீது தன் செல்வாக்கைச் செலுத்தி, செல்வத்தை சேகரித்துக் கொள்கிற வர்க்கமாகக் காட்சி அளிக்கின்றனர். உற்பத்திக்கு அவர்கள் ஆற்றும் பங்கு நெருக்கடியை ஏற்படுத்துவதுதான்!

# அரசைப் பற்றி

முடி சூட்டிய மன்னன் ஆட்சி, எப்பொழுது எவ்வாறு ஏற்பட்டது; அரசையும், குறிப்பாக முடிசூட்டிய மன்னன் ஆட்சியையும், ராஜ குலத்தையும் கடவுள்தான் ஏற்படுத்தினாரா அல்லது மனித சரித்திரத்தின் பரிணாம வளர்ச்சியில் தோன்றியவையா என்பவை களை இக்கட்டுரையில் எடுத்துரைப்போம்.

குடும்பம் என்பதனை கடவுள் நிறுவினார் என்பது எப்படி சுத்த அபத்தம் என்பதையும், குடும்பம் என்பதும், திருமணம் என்பதும் மனித சரித்திர வளர்ச்சிப் போக்கில், எப்படி எல்லாம் உலகில் இருந்து வந்துள்ளது என்பதையும், அதுவும் மனித அறிவு வளர வளர பல கட்டங்களைக் கடந்து, இன்றுள்ள சமுதாய அமைப்பில் ஒருவன் ஒரு பெண்ணை மணம் செய்து கொள்வது *(Monogamy)* தான் முறை என்ற நியதியும் பழக்கமும் வந்துள்ளது என்பதையும் ஏற்கனவே பார்த்தோம்.

அவ்வாறே சொத்துரிமை என்பது எவ்வாறு ஏற்பட்டது என்றும், இதற்கு எவ்வித தெய்வீகத் தன்மையும் இல்லை; அதற்கு நேர்மாறாக பணக்காரன் - செல்வந்தன் - முதலாளி என்றாலே அவன் எப்படி யெல்லாம் பல தில்லுமுல்லுகளைச் செய்து, ஏழை எளிய மக்களைச் சுரண்டி அந்த நிலையை அடைந்தான் என்பதையும் பார்த்தோம்.

இக்கட்டுரையில் அரசைப் பற்றியும், அதற்கு எவ்வித தெய்வீகத் தன்மையும் இல்லை என்பதையும் பார்ப்போம்.

நாகரீக மனிதன் தோன்றியது மனித சரித்திர வரலாற்றின் ஆரம்பக் கட்டமாகும். அது வரை அவன் காடுகளிலும், கானகங்களிலும், குகைகளிலும் வசித்து, வேட்டையாடி என்ன கிடைத்ததோ அதை உட்கொண்டு வாழ்ந்து வந்தான். ஆனால், எப்பொழுது உழுது பயிர் செய்யத் தொடங்கினானோ, ஆடுமாடுகளை வளர்த்து அவைகளின் பால், மாமிசம் ஆகியவற்றை உணவாக அருந்தத் தொடங்கினானோ

அப்பொழுதுதான் அவன் நாகரீக மனிதனாக காட்சியளிக்கத் தொடங்கினான். கூட்டாக வாழ்ந்து, கூட்டாக உழுது பயிர் செய்து கூட்டாக அதன் பலனை அனுபவித்தான். இந்த ஆரம்பக் கட்ட மனித சமுதாயத்தை 'புராதன கம்யூனிஸ்ட் சமுதாயம்' *(Primitive Communisim)* என்று அழைக்கின்றோம். இந்த சமுதாய அமைப்பில் தனிச் சொத்துரிமை என்பது இல்லாமலிருந்தது. இதன் வளர்ச்சிப் போக்கில் ஒரு சிலர் சூழ்ச்சிகள் செய்து, நல்ல சாகுபடியாகும் நிலங் களைத் தங்கள் சொத்தாக்கிக் கொள்ள சதி செய்தனர். பிரச்சனை களைக் கிளப்பி ஊரில் உள்ள பெரியோர்களை மத்தியஸ்தர்களாக் கினர். இந்தப் பெரியோர்கள் நியாயம் வழங்குபவர் போல பாசாங்கு செய்து, அவர்கள் தீர்ப்பை சதிகாரர்களுக்கு சாதகமாக வழங்கினர்.

புராதன கம்யூனிஸ்ட் சமுதாயம் உடைக்கப்பட்டது. மேற்கூறிய நியாயம் வழங்கிய பெரியோர் இருசாரார் பக்கமும் இல்லாமல் உயர்ந்த ஸ்தானத்தில் வைக்கப்பட்டனர். அரசு என்பது ஏற்பட்டது. சமுதாயம் இருவர்க்கங்களாகப் பிரிக்கப்பட்டது. உலகெங்கும் அரசு என்பது இவ்வாறுதான் ஏற்பட்டது.

அரசைப்பற்றி மார்க்ஸ், ஏங்கல்ஸ், லெனின் மிகத் தெளிவாக எழுதி உள்ளனர். இந்த ஆசான்கள் எழுதியவைகளை எளிய முறையிலும் ரத்தினச் சுருக்கமாகவும் இக்கட்டுரையில் எழுத முயற்சிக்கிறேன்.

ஏங்கெல்ஸ் கூறுகிறார்: "அரசு என்பது சமுதாயத்திற்கு வெளியி லிருந்து புகுத்தப்பட்டதல்ல. கடவுள் ஏற்படுத்தியதல்ல. மனித சமுதாய வளர்ச்சிக் கட்டத்தில் தோன்றிய ஒரு விளைவாகும். சமுதாயத்தில் தீர்க்க முடியாத முரண்பாடு ஏற்பட்டுள்ளது என்பதை புலனாக்கும் ஒரு தோற்றமாகும். இந்த முரண்பாடுகள் பொருளா தாரத் துறையில் எதிரும் புதிருமாக எதிர்த்து நிற்கும் வர்க்கங்கள் ஒன்றோடொன்று முட்டிமோதி அழிந்து போகாமலும், சமுதாயத்தை பயனற்ற போராட்டத்தில் ஆழ்த்தாமலிருக்கும் பொருட்டு வெளித் தோற்றத்தில் இவ்விரு வர்க்கங்களுக்கு அப்பால் அதீதமாக நிற்கும் ஒரு பொருளாகக் காட்சி அளித்துக் கொண்டு, முட்டல் - மோதல் களைக் கட்டுக்குள் வைக்க ஒரு சக்தி தேவைப்பட்டது. இந்த சக்தி சமுதாயத்தில் இருந்தே தோன்றிற்று. நாளாக நாளாக, இந்த சக்தி ஓர் அதீத சக்தியாக வளரத் தொடங்கிற்று. இது தான் அரசு என்பதாகும்."

எனவே அரசு என்பது, சமுதாயம் இரு வர்க்கங்களாகப் பிளந் திருக்கிறது என்பதனை எடுத்துக் காட்டுகிறது. இவ்விரு வர்க்கங் களுக்கிடையில் உள்ள முரண்பாட்டை சுமுகமாகத் தீர்க்க முடியாது என்பதைப் புலனாக்குகிறது.

இந்த முரண்பாட்டைத் தீர்க்க வேண்டுமென்று சொன்னால், சுரண்டப்படும் வர்க்கம் சுரண்டும் வர்க்கத்தை ஒரு பலாத்காரப் புரட்சியில்லாமல் தீர்க்க முடியாது என்பதை மார்க்ஸ் - ஏங்கல்ஸ் - லெனின் மிகத் தெளிவாகக் கூறி உள்ளனர். இந்த முரண்பாட்டைத் தீர்க்க சுரண்டும் வர்க்கத்தை அடியோடு அழிப்பதுடன் அந்த வர்க்கத்தை தாங்கிப் பிடிக்கும் அரசையும் அழித்தாக வேண்டும் என்பது தெளிவு.

அரசின் கைகளில் ராணுவம், சட்டம், சிறைச்சாலை அடக்கு முறைக் கருவிகள் அனைத்தும் குவிந்து கிடக்கின்றன. இவைகளைப் பற்றி எல்லாம் புராதன கம்யூனிஸ்ட் சமுதாயம் கனவில்கூட நினைக்கவில்லை.

எந்த அளவுக்கு வர்க்க முரண்பாடு தீவிரமடைகிறதோ அந்த அளவுக்கு அரசு தன்னைத் தானே பலப்படுத்திக் கொண்டு, சமுதாயத்தையே விழுங்கிவிடும் அளவுக்கு காட்சி அளிக்கின்றது.

வரிகளை விதிக்கத் தொடங்குகிறது. அரசின் அலுவல்களை நடத்த அதிகாரிகளை நியமிக்கின்றது. இவர்கள் சமுதாயத்திலிருந்து வரக் கூடியவர்களே தவிர வேறில்லை. ஆனால் சமுதாயத்திற்கு மேலே இருப்பவர்களாக இவர்கள் தோற்றமளிக்கின்றனர். அரசும் பல சட்டங்களை இயற்றி இவ்வதிகாரிகளின் புனிதத்தைப் பற்றியும், அவர்களுக்கு எவ்வித அபாயமும் வராமல் இருக்கும் முறையில் மக்கள் நடந்து கொள்ளவேண்டும் என்பதைப் பற்றியும் வலியுறுத்து கிறது. அதிகாரிகளுக்கு உள்ள அதிகாரத்துக்கு எல்லையே இல்லை. சாதாரண ஒரு போலீஸ் அதிகாரிக்கு சட்ட பூர்வமான உரிமை ஒரு கிராமப் பெரியவருக்கு உள்ள உரிமைகளைவிட எத்தனையோ மடங்கு அதிகம். ஆனால் கிராமப் பெரியவருக்கு அம்மக்கள் செலுத்தும் மரியாதையிலும், அன்பிலும் ஒரு சிறு துளிகூட பெரிய ராணுவ அரசின் அதிபதிக்கு மக்கள் செலுத்துவதில்லை என்று ஏங்கல்ஸ் கூறுகிறார்.

வர்க்கப் போராட்டத்தைக் கட்டுப்படுத்தவும், ஒரு எல்லைக்குள் அதை நிறுத்தவும் அரசு ஏற்பட்டிருப்பதால், பொருளாதாரத்தில் ஆதிக்கம் செலுத்துவோரின் கருவியாக அரசு இருந்து வருகிறது. சில சமயங்களில் இரண்டு வர்க்கங்களுக்கும் அப்பாற்பட்டதாகவும் இருந்துள்ளது. 17, 18ஆம் நூற்றாண்டுகளில் ஐரோப்பாவில் முடி சூட்டிய மன்னராட்சிகள் இவ்வாறு இருந்துள்ளன. ஆனால் ஜன நாயக் குடியரசில் ‘பணநாயகம்’ தான் ஆதிக்கம் வகிக்கின்றது.

எனவே தான், கம்யூனிஸ்ட் அறிக்கையில் மார்க்சும், ஏங்கல்சும் கூறுகிறார்கள்: “நவீன அரசு பூர்ஷ்வா வர்க்கத்தின் நிர்வாகக் குழு”.

அதாவது ஒரு சங்கத்தை நடத்திச் செல்ல எவ்வாறு ஒரு நிர்வாகக்குழு மிக மிக அவசியமோ அவ்வாறே பூர்ஷ்வா வர்க்கம் தன் சுரண்டலைச் சட்ட பூர்வமாக நடத்த, நவீன அரசு ஒரு நிர்வாகக் குழுவாக இருந்து செயல்படுகிறது என்பது தான் அதன் பொருள்.

ஜனநாயகக் குடியரசு என்பது பூர்ஷ்வா - வர்க்கத்துக்கு மிக நல்ல கேடயமாக அமைந்துள்ளது. முடிசூட்டிய மன்னராட்சி நிலப் பிரபுத்துவ சமுதாயத்திற்கு உகந்த அரசாங்க அமைப்பாக இருந்தது.

ஆனால் நிலப்பிரவுத்துவ சமுதாயத்தையும், அதன் அரசையும் சாம்பலாக்கி, அதன் சமாதியின் மீது தான் முதலாளித்துவம் வளர முடியும் என்பதை பிரஞ்சுப் புரட்சி நிரூபித்து விட்டது. அடிமை, ஆண்டையிடம் சுதந்திரம் பெற்று, தன்னிச்சையாக தன் உழைப்புச் சக்தியை பண்டமாக விற்க முன்வரவேண்டுமானால், சுதந்திரம், சமத்துவம், சகோதரத்துவம் என்ற கோஷங்களைக் கிளப்பி அவனைப் புரட்சி செய்ய வைக்க வேண்டியதாயிற்று.

முதலாளித்துவம், நிலப்பிரபுத்துவத்தை ஒழித்து, ஜனநாயகக் குடியரசை ஏற்படுத்திய பிறகு, இந்த மூன்று கோஷங்களையும் தொழிலாளி வர்க்கம் கொடுக்க முன் வந்தால், தொழிலாளி வர்க்கத் துக்கு கிடைக்கும் பரிசு, துப்பாக்கிப் பிரயோகம், சிறை, தூக்கு மேடை முதலியவைகளாம்.

ஆனால் விஞ்ஞான வளர்ச்சியின் காரணமாக, உற்பத்தி முறை களில் பரிணாம வளர்ச்சி ஏற்பட்டு, முதலாளி வர்க்கமே அவசிய மற்ற, சோம்பேறிக் கும்பலாக மாறிவிட்டது. உற்பத்தி முறை வளர்ச் சிக்கே முதலாளி வர்க்கம் முட்டுக் கட்டையாக இருக்கின்றது. ஆகவே இந்த முதலாளி வர்க்கத்தை ஒழித்தால் தான் மனித சமுதாயம் முன்னேற முடியும் என்ற கட்டத்தை இன்று அடைந்து விட்டோம். முதலாளி வர்க்கம் ஒழிக்கப்படும் அதே சமயத்தில் அதன் அரசியல் அமைப்பாகிய ஜனநாயகக் குடியரசும் ஒழிக்கப் படும். மக்கள் புதியதோர் அரசாங்க அமைப்பை ஏற்படுத்திக் கொள்வர். அதுதான் தொழிலாளி வர்க்கத்தின் சர்வாதிகாரமாகும் *(Dictatorship of The Proletariat).*

ஏங்கெல்ஸ் கூறுகிறார்: “அரசு எல்லாக் காலத்திலும் நித்தியத் துவம் உடையது அல்ல. அரசு என்ன, அதன் அதிகாரங்களென்ன என்ற விஷயங்களைக் கற்பனைகூட செய்யாத மனித சமுதாயங்கள் இருந்து வந்துள்ளன. மனித சமுதாய வளர்ச்சியில் குறிப்பிட்டதோர் கால கட்டத்தில், அதாவது சமுதாயம் இரு வர்க்கங்களாக பிளவடைந்த சமயத்தில், இப்பிளவின் காரணமாக அரசு தோன்ற வேண்டிய அவசியம் ஏற்பட்டது.

முதலாளித்துவம் கடிந்தொழிவதோடு அதன் அரசும் கடிந் தொழியும், புதியதோர் சமுதாயம் சமைக்கப்படும். அச்சமுதாயத்தில் சுதந்திரம், சரிசமத்துவ உரிமையோடு கூட்டு சேருதல் என்ற அடிப் படையில், உற்பத்தியாளர்கள் உற்பத்தியை புனர் நிர்மாணம் செய் வார்கள். அவர்கள் அரசு என்பதனை, அது இருக்க வேண்டிய இடத் தில் வைப்பர். அதாவது, பழைய பொருள் கண்காட்சியில் நூல் நூற்கும் ராட்டினத்துடனும், வெங்கலக் கோடரியுடனும் வைப்பர்."

அரசு நிரந்தரமாக இருக்கவேண்டிய ஓர் அமைப்பு என்றும், அதற்கு ஏதோ தெய்வத் தன்மை உண்டு என்பதும் சுத்த அபத்த மாகும். மக்களை அடக்கி ஆள, சுரண்டும் வர்க்கத்தின் கருவியாகத் தான் இருந்து வந்துள்ளது. மனிதனை மனிதன் சுரண்டும் அநீதி என்று ஒழிக்கப்படுகின்றதோ, அதே சமயத்தில் அச்சுரண்டலுக்கு கருவியாக இருந்து வந்த அரசும் அடியோடு ஒழிக்கப்படும்.

அரசு எப்படி ஒழிக்கப்படுகின்றது என்பதை ஏங்கல்ஸ் மிகத் தெளிவாக விளக்கி உள்ளார்.

"தொழிலாளி வர்க்கம் அதிகாரத்தைக் கைப்பற்றியவுடன், முதன் முதலில் உற்பத்தி சாதனங்களை அரசுடமையாக்குகிறது. இவ்வாறு செய்வதன் மூலம், தொழிலாளி வர்க்கம் கூலிக்கு வேலை செய்யும் வர்க்கம் என்பதனை அழித்து விடுகிறது. எல்லா வர்க்க பேதங் களையும், வர்க்க முரண்பாடுகளையும் அறவே ஒழிப்பதுடன் அரசு அரசாக இல்லாமல் அதையும் ஒழிக்கின்றது. இதுவரை சமுதாயத்தில் முரண்பாடுகள் இருந்து வந்த காரணத்தால் அரசு என்று ஒன்று இருக்க வேண்டியதாயிற்று. அவ்வாறு ஒன்றிருந்தால் தான் உற்பத்தி முறையை நடத்த முடிந்தது; சுரண்டப்படும் வர்க்கத்தை அடக்கியாள முடிந்தது; அடிமை, பண்ணையாள், கூலி உழைப்பாளி என்று சுரண்டப்பட்டவர்களை அந்தந்தக் கால கட்டத்தில், அடக்கி ஆள முடிந்தது. அரசு மனித சமுதாயத்தின் அதிகார வர்க்கப் பிரதிநிதி யாகத் தோற்றமளித்தது. ஆனால் உண்மையில் எந்த வர்க்கம் தானே பூரா சமுதாயத்தையும் பிரதிநிதித்துவம் செய்வதாக அச்சமயத்தில் கூறி வந்ததோ, அந்த வர்க்கத்தின் பிரதி நிதியாகத் தான் இவ்வதிகார வர்க்கம் இருந்தது. பண்டைக் காலத்தில் அடிமைகளுக்குச் சொந்தக் காரனாயிருந்த எஜமானர்களின் அரசு, மத்திய காலங்களில் நிலப் பிரபுக்களின் அரசு; இன்றைய காலத்தில் பூர்ஷ்வாக்களின் அரசு என்பதேயாகும். எப்பொழுது சமுதாயத்தின் முழுமைக்கும் சுரண்டப் படும் வர்க்கம் பிரதிநிதியாகின்றதோ அப்போது அரசின் அவசியமே இல்லாமல் போய் விடுகின்றது. அடக்கி ஆளப்பட வேண்டிய வர்க்கம் இல்லாமல் போனதுமே வர்க்கப் போராட்டமும், அதனால்

ஏற்படும் முட்டல் மோதல்களும், தனி உற்பத்தி முறையும், அதனால் ஏற்படும் உற்பத்தி அராஜகமும் இல்லாமற் போகிறது. அதனால் அடக்கி ஆள ஒன்றுமில்லாமற் போகின்றது. எனவே அடக்கு முறையின் பிரத்யேக சக்தியாகிய அரசு என்பதற்கு இடமில்லாமற் போய் விடுகின்றது. அரசு, சமுதாயத்தின் முழுமைக்கும் பிரதிநிதி யாக ஏற்பட்டவுடன், (அதாவது, உற்பத்தி சாதனங்கள் அனைத்தை யும் சமுதாய உடமையாக்கியவுடன்) அதன் முதல் பெரும்பணி, இறுதிப் பணியாகவும் காட்சி அளிக்கின்றது. சமூக உறவுகளில் அரசின் தலையீடு ஒன்றன் பின் ஒன்றாக அவசியமற்றாகின்றது. இறுதியில் அது மறைகின்றது. நபர்களைக் கொண்ட அரசு என்ப தற்குப் பதிலாக, விஷயங்களின் நிர்வாகமாகவும், உற்பத்தி முறை களின் நிர்வாகமாகவும் மாற்றம் ஏற்படுகின்றது. அரசு அழிக்கப் படுவதல்ல - அது பட்டுப் போகின்றது. எனவே "சுதந்திர மக்கள் அரசு" என்பதன் பொருள் இதிலிருந்து தெளிவுபடுகிறது. கிளர்ச்சிப் பிரச்சாரத்திற்கு மட்டுமே இது உதவும். ஆனால் விஞ்ஞான ரீதியாக பார்க்குமளவில் அது போதுமானதல்ல என்பதும், அதே சமயத்தில் அராஜகவாதிகள் கூறுவது போல் அரசு உடனே அழிக்கப்பட வேண்டும் என்பது எப்படி அர்த்தமற்றது என்பதும் வெள்ளிடை மலையாகும்."

அதாவது தொழிலாளி வர்க்கம் அதிகாரத்தைக் கைப்பற்றியவுடன், பூர்ஷ்வா அரசை அறவே ஒழிக்கின்றது. அதன் சாம்பலின் மீது புதியதோர் அரசை நிறுவுகின்றது. அப்புதிய அரசு, மக்கள் அரசு படிப்படியாக தன் அலுவல்களை மக்களுக்கு அளித்து வந்து நாளடைவில் அரசின் அலுவல்கள் அனைத்தையும் மக்களே செய்து வரும் போது, அரசு என்பது ஒன்றுண்டா என்று பார்த்தால், எவ்வாறு ஒரு மரத்தில் இலை பட்டுப் போகும் சமயத்தை கூற முடியாதோ, அதே சமயத்தில் இலைபட்டுப் போவது என்பது உண்மையோ அவ்வாறே அரசும் பட்டுப்போய் விடும் - மறைந்து விடும் என்பதனை ஏங்கல்ஸ் மிகத் தெளிவாக எடுத்துரைக்கின்றார்.

மார்க்சும், ஏங்கல்சும் கம்யூனிஸ்ட் அறிக்கையில் (1848) அரசியல் அதிகாரத்தை தொழிலாளி வர்க்கம் எவ்வாறு கைப்பற்றுகிறது என்பதை விளக்கமாகக் கூறுகிறார்கள்.

"தொழிலாளி வர்க்கத்தின் பரிணாம வளர்ச்சியின் பொதுவான அம்சங்களை விளக்கும் சமயத்தில், எவ்வாறு சமுதாயத்தில் மறைமுகமாக உள்நாட்டுக் கலகம் நடைபெற்று வருகிறது என்றும், குறிப்பிட்ட ஒரு கட்டத்தில் அது வெளிப்படையாகப் புரட்சியாகக் காட்சி அளிக்கின்றது என்றும், பூர்ஷ்வா வர்க்கத்தை பலாத்காரமாக

தூக்கி எறிந்ததுமே, தொழிலாளி வர்க்கத்தின் அதிகாரத்திற்கு அஸ்தி வாரமிடப்படுகிறது என்பதைக் கூறி உள்ளோம்..."

"தொழிலாளி வர்க்கத்தின் முதல்படி தன்னைத் தானே அரசு புரியும் ஸ்தானத்திற்கு உயர்த்திக் கொள்வதேயாகும். ஜனநாயகப் போராட்டத்தில் வெற்றி பெறுவதேயாகும்."

தொழிலாளி வர்க்கம் ஆளும் வர்க்கமாகத் தன்னைத் தானே மாற்றிக் கொள்ளும். இவ்வாறு அமையும் அரசு, இது வரை அமைந்த அரசுகளுக்கு முற்றிலும் மாறுபட்டதாக இருக்கும். சமுதாயத்தில் சுரண்டும் வர்க்கம் என்பதொன்று இல்லாமலிருப்பதால் இவ்வரசு மக்களை அடக்கி ஒடுக்கும் அரசாக இருக்காது. ஆனால், பூர்ஷ்வா வர்க்கத்தின் மிச்ச சொச்சங்களோ, அல்லது எதிர்ப் புரட்சியோ தலை தூக்கினால் அவைகளை தவிடு பொடியாக்கும் அரசாக - தொழிலாளி வர்க்கத்தின் சர்வாதிகாரமாக அமையும். அதே சமயத்தில் மக்களை புதிய சமுதாயத்தை சமைக்க இட்டுச் செல்லும் ஆசானாகவும் விளங்கும்.

எனவே, தொழிலாளி வர்க்கத்தின் அரசியல் கட்சியாகிய கம்யூனிஸ்ட் கட்சி, தொழிலாளி வர்க்கத்துக்கு இந்தக் கண்ணோட்டத்தையும், பயிற்சியையும் கொடுக்க வேண்டும். முதலாளி வர்க்கத்தையே அதாவது சுரண்டும் வர்க்கத்தையே அறவே ஒழித்தால் ஒழிய, தொழிலாளி வர்க்கம் விடுதலை பெற முடியாது. கூலி உயர்வுக்காக போராடும் போராட்டங்கள் அனைத்தும், இந்த இறுதி நோக்குடன் கொள்கை ரீதியாக இணைக்கப்படவேண்டும்.

அதிகாரம் யாருக்கு என்ற கேள்வி மீண்டும் மீண்டும் தொழிலாளி வர்க்கத்தில் கொண்டு வரப்படவேண்டும். குறிப்பாக வர்க்கப் போராட்டம் தீவிரமடையும் கட்டத்தில் இந்தப் பிரச்சினையை வலியுறுத்த வேண்டும். அதை அடைய ஸ்தாபன பலத்தையும், கொள்கைத் தெளிவையும் தொழிலாளி வர்க்கம் பெற வேண்டும். இதுவரை நடைபெற்ற புரட்சிகள் அனைத்தும் அரசு என்ற இயந்திரத்தை செழுமைப்படுத்தின. நமது கடமை - அதாவது தொழிலாளி வர்க்கத்தின் புரட்சி, அரசை நிர்மூலமாக்க வேண்டும்.

1852 மார்ச் 5ல் மார்க்ஸ் தன் நண்பர் வெய்ட் மேயருக்கு எழுதிய கடிதத்தில் பிரசித்தி பெற்ற கருத்துகளை பின் வருமாறு கூறுகிறார்:

"நவீன சமுதாயத்தில் வர்க்கங்கள் இருப்பதையோ, அல்லது அவைகள் இடையே போராட்டம் நடைபெற்று வருவதையோ கண்டுபிடித்ததற்கு எனக்கு எவ்வித கௌரவமும் சேராது. எனக்கு

முன்னரே பூர்ஷ்வா சரித்திராசிரியர்கள் வர்க்கப் போராட்டத்தின் சரித்திர பூர்வமான பரிணாம வளர்ச்சியை விளக்கிச் சொல்லி உள்ளனர். பூர்ஷ்வா பொருள் நூலாசிரியர்கள் வர்க்கங்களின் பொருளாதார உடலமைப்புகளை விவரித்துள்ளனர். நான் புதிதாகச் செய்தது:

1. பரிணாம வளர்ச்சியில் பிரத்யேக, சரித்திரப் பூர்வ கட்டங்களில் வர்க்கங்கள் ஏற்படுகின்றன என்றும்,

2. வர்க்கப் போராட்டம் நிச்சயமாக தொழிலாளி வர்க்கத்தின் சர்வாதிகாரத்தில் முடியும் என்றும்,

3. இந்த சர்வாதிகாரமானது இடைக்கால அமைப்பு என்றும், இறுதி யில் எல்லா வர்க்கங்களும் அழிக்கப்படும்; வர்க்க பேதமற்ற சமுதாயம் ஏற்படும் என்றும் கூறியதாகும்."

கம்யூனிஸ்டுகள் வர்க்கப் போராட்டத்தை தூண்டுகிறார்கள் என்றும் இதற்கு மார்க்ஸ் காரணமென்றும் சர்வ சாதாரணமாக அரசாங்களும், முதலாளிகளும் கூறி வருவதைக் காணலாம். ஆனால் உண்மை இதற்கு முற்றிலும் மாறுபட்டது என்பதை மார்க்ஸே தெளிவுபடுத்தி உள்ளார். ஆனால் வர்க்கப் போராட்டத்தை மட்டும் கூறிவிட்டு, இப்போராட்டம் இறுதியில் எவ்வாறு புரட்சியாக முடியும் என்றும், தொழிலாளி வர்க்கம் அரசைக் கைப்பற்றி, அதை நிர்மூலமாக்கி, அதற்குப் பிறகு தொழிலாளி வர்க்கத்தின் சர்வாதி கார ஆட்சியை ஏற்படுத்தும் என்றும் தெளிவாக தொழிலாளி வர்க்கத் துக்கு எடுத்துச் சொல்லி தொழிலாளி வர்க்கத்தை தயாராக்கவில்லை என்றால் - தலைவிதியிலும், கடவுள் நம்பிக்கையிலும் தொழிலாளி வர்க்கத்தை முழுக வைப்பதாகும்.

பாரிஸ் கம்யூன் (1871) தோல்வியடைந்ததை மார்க்ஸ் ஆழ்ந்த கவலையுடன் கீழ்வருமாறு கூறினார்:

"ஒரு விஷயத்தை கம்யூன் முக்கியமாக நிரூபித்து விட்டது. அதாவது தொழிலாளி வர்க்கம் தயாராக்கப்பட்டுள்ள அரசைக் கைப்பற்றி தன்னலனுக்காக பயன்படுத்த முடியாது என்பதேயாகும்."

ஆகவே தொழிலாளி வர்க்கம் புரட்சிக்குப் பின்பு அரசு அமைப் பையே மாற்றவேண்டும் - சர்வாதிகார ஆட்சியை நிறுவ வேண்டும் என்பதேயாகும்.

விஞ்ஞான ரீதியாக சரித்திரப் பூர்வமாக உற்பத்தி முறைகள் ஒவ்வொரு காலத்திலும் எவ்வாறு இருந்து வந்தது. இன்றுள்ள

முதலாளித்துவ சமுதாயத்தில் எவ்வாறு உள்ளது என்பதைப் பார்க்கும் போது அரசு என்பதனைக் கடவுள் ஏற்படுத்தவில்லை. மனிதன் செய்த ஒரு சூழ்ச்சி என்பதனை தெளிவாகப் பார்க்க முடிகிறது.

இது குறிப்பாக நமது நாட்டை எடுத்துக் கொண்டால் எப்படி கடவுள் நம்பிக்கை, சமய வழிபாடு முதலியவற்றைக் கொண்டு ராஜ விசுவாசம், அரசை ஏற்றுக் கொண்டு தன் வாழ்க்கையை நடத்துகிறவன் தான் கடவுளின் பாதார விந்தங்களை அடைவான் என்ற கருத்துகள் வேதங்கள் மூலமாகவும் மூடப்பழக்க வழக்கங்கள் மூலமாகவும் நிலைநாட்டப்பட்டன என்பதனைப் பார்ப்போம்:

இந்திய உபகண்டத்தில் பண்டைய கால மூடநம்பிக்கை, கடவுள் வழிபாடு புதிய கட்டத்தை அடைந்தது. அன்றிருந்த சமுதாய பொருளாதார அமைப்புக்கு உகந்ததாக இருந்தது. வேதங்கள் மூலமாகக் கருதப்பட்டன. வேதங்களை கடவுளே வந்து ஓதி விட்டுச் சென்றதாக கருத்து பரப்பப்பட்டது. கடவுள் வாக்கை யாரும் தட்டக் கூடாது. அவ்வாறு செய்தால் நரகத்திற்கே போவார் என்ற பயம் ஏற்படுத்தப்பட்டது. வேதங்களிலிருந்து வந்த சமயம் "பிராமணீயம்" என்று பெயர் சூட்டப்பட்டது. வேதங்களை மேலும் பலப்படுத்தியது உபநிஷத்து. ஆகவே இந்த வேதங்கள் மனிதப் பிறவியை விளக்கிக் கூறியதை யாராவது மறுத்தால், அல்லது அவ நம்பிக்கைப் பட்டால் அவர்கள் நரகத்திற்குத்தான் செல்வார்கள் என்று தெளிவாக வேதங்கள் கூறின. ஆகவே அதை மறுப்போர் இருந்த போதிலும், அவர்கள் குஷ்டரோகிகள் போல் கருதப்பட்டனர். அவர்களை வெறுத்தனர். அவர்களைத்தான் லோகாயதவாதிகள் அல்லது பொருள் முதல் வாதிகள் என்று நாம் அழைக்கிறோம். வேதங்கள் கூறியதை இவர்கள் ஆணித்தரமாக எதிர்த்தனர். வேதங்கள் மனித சிருஷ்டியைப் பற்றி வருமாறு கூறின:

"பிரம்மாவின் முகத்திலிருந்து பிராமணன் பிறந்தான், புஜங்களிலிருந்து சத்திரியன் பிறந்தான், தொடையிலிருந்து வைசியன் பிறந்தான், பாதங்களில் இருந்து சூத்திரன் பிறந்தான்.

ஆகவே, மனிதப் பிறப்பிலேயே ஆகச் சிறந்த பிறவி பிராமணப் பிறவியாகும். அதற்கு அடுத்தாற் போல் சத்திரியன் ஆவான். அதற்கும் அடுத்தாற் போல் வைசியன். எல்லாவற்றிற்கும் கீழே உள்ளவன் சூத்திரன். இவைகளை கடவுளே ஏற்படுத்தியதால் யாரும் மறுக்கவோ - மறைக்கவோ கூடாது. அன்றைய சமுதாயமே இதை ஏற்றுக் கொண்டது.

அன்றிருந்த சமயத்தின் பெயரே 'பிராமணீயம்' ஆதலால் பிராமணன்தான் வேதங்களை ஓதலாம். சத்திரியனும் வைசியனும் அதைக் கேட்கலாம். ஆனால் ஓதக்கூடாது. சூத்திரனோ வேதம் ஓது வதைக் கேட்கவே கூடாது. அப்படி அவன் காதில் விழுந்தால், கேட்ட குற்றத்திற்காக நரகத்திற்கே கட்டாயம் போவான்.

இது தான் அன்றிருந்த தெய்வ வாக்கு. ஆகவே "பிராமணீயத்தின்" பரிமேலழகர் அன்றிருந்த பிராமணர்களே.

பிராமணீயத்தைப் பற்றியும், அது எவ்வாறு நமது நாட்டில் மனிதனை அடிமைப்படுத்த பயன்பட்டது என்பதை மட்டும் இக் கட்டுரையில் பார்ப்போம். பிறகு சமயங்களை விமர்சிக்கும் போது இதனுடைய பல்வேறு கோரத்தன்மைகளை விவரிப்போம். இக் கட்டுரையில் முடி சூட்டிய மன்னன் முறைகள் இந்திய உப கண்டத்தில் எவ்வாறு இருந்தன என்பதை மட்டும் விளக்கிக் கூறுவோம்.

வேத சமயம் பௌத்த சமயத்தால் கடுமையாக தாக்கப்பட்டது. வேதங்களின் அடிப்படையில் நியாயம், தர்மம் என்பன போன்ற வைகள் சமுதாயத்தில் அவரவர்கள் உள்ள நிலைமையை ஒட்டித்தான் இருந்தது. ஜாதிக்குத் தெய்வீகத் தன்மை உண்டாக்கப்பட்டது. பிராமணன் உயர்ந்த குலம், கடவுளுக்கு அடுத்தாற் போல் பிராமணனைத் தொழ வேண்டும் என்ற பழக்கம், வேதங்கள் மூலம் வலியுறுத்தப்பட்டு நடைமுறையில் நிலவி வந்தது. ஆகவே அவர்கள் கூறுவது அனைத்தும் தெய்வ வாக்காக எடுத்துக் கொள்ளப்பட்டது. அன்றிருந்த மன்னர்களும் இதை வலியுறுத்தி வந்தனர். அவர்களும் ஒரு காலம் வரை நம்பி வந்தனர் என்பது கீழ்க் கண்டதின் மூலம் புலனாகிறது.

மதுர சட்டாவில் மதுராபுரி மன்னன் புத்தருடன் உரையாடு கிறான்:

"பிராமணர்கள் நான்கு பிரிவுகளில் ஆகச் சிறந்தவர்கள் என்று கூறுகிறார்கள். மிச்சமுள்ள பிரிவுகள் அனைத்தும் தாழ்ந்தவை. பிராமணர்கள் வெள்ளையர்கள், மற்றவர் கறுப்பர். பிராமணர்கள் சுத்தமானவர்கள். காரணம் அவர்கள் கடவுளுக்குப் பிறந்தவர்கள். கடவுளின் வாயிலிருந்து தோன்றியவர்கள்" என்று கூறுப்படுகிறதே அதற்கென்ன சொல்கிறீர்கள்?

புத்தர் பதில் அளிக்கையில், உலகத்தில் உள்ள எதார்த்த வாழ்க்கையை ஞாபகம் ஊட்டுகிறார். நான்கு பிரிவில் உள்ள எந்தப்

பிரிவினைச் சேர்ந்தவராக இருந்த போதும் அவர் பணக்காரராக இருந்தால், மிச்சமுள்ள மூன்று பிரிவினரும் அவருக்கு அடி பணி கிறார்கள். இதுதான் வாழ்க்கையில் காணும் உண்மையாகும் என்று புத்தர் கூறினார்.

புத்தர் அக்காலத்தின் சமுதாயத்தின் முற்போக்குக் கொள்கையை பிரதிநிதித்துவப் படுத்துகிறார். பிராமணர் உயர்குலம் என்பதைக் கடுமையாக எதிர்த்தார்.

பிராமணர் தங்கள் நலனைக் காக்கும் பொருட்டு, தங்களுக்கு எல்லோரும் அடிபணிந்து நடக்க வேண்டும் என்பதற்காக வேதங் களை மட்டும் காட்டினால் போதாது என்பதை உணர்ந்தனர். ஆகவே, மன்னன் என்பவன் ஒருவன் இருந்தால், அவர்களுக்கு அனு சரணையாக அவன் இருந்தால், அது சாலச் சிறந்தது என்ற முடிவிற்கு வந்தனர். அரசன் பிறவியினால் தெய்வீகத் தன்மை உடையவன் என்றும் அரச வம்சத்தையே கடவுள் ஏற்படுத்தினார் என்றும் இதற்கு மேற்கோளாக வேதங்களையும், இதிகாசங்களையும் பிராமணர்கள் காண்பிக்கத் தொடங்கினர்.

அன்றிருந்த சூழ்நிலையை உபயோகப்படுத்திக் கொண்டு தன் ஆதிக்கத்தையும் பயன்படுத்திக் கொண்டு பிராமணர் இந்த சூழ்ச்சி யைச் செய்தனர் என்பது தெளிவு.

சமய வழிபாடே இந்தியாவில் வர்க்க ஆதிக்கத்தை நிலைநாட்ட வகுக்கப்பட்ட தத்துவார்த்த வடிவமாகும்.

அரசியல் ஆதிக்கம் சமய மேம்பாட்டையும், சமய ஆதிக்கம் அரசியல் மேம்பாட்டையும் தாங்கி நின்று வந்தன. இதை குப்த சாம்ராஜ்ய காலத்திலும், அசோக சாம்ராஜ்ய காலத்திலும் மிகத் தெளிவாக பார்க்கலாம். அசோக சாம்ராஜ்யம் பௌத்த மதத்தைப் பரப்பி வந்தது. குப்த சாம்ராஜ்யம் தீவிர பிராமணீயத்தை புத்துயிர் கொடுத்து தாங்கிப் பிடித்தது.

ராஜ தர்மம் என்று கூறி சாத்திரங்களும், இதிகாசங்களும் அரசன் இருந்தே தீரவேண்டும் என்பதை வலியுறுத்தி வந்தன.

மகாபாரதத்தில் அரசனே இல்லாமல் எல்லோரும் தர்மத்தின் அடிப்படையில் இயங்கி வந்தனர் என்றும் பரஸ்பர உரிமைகளை உணர்ந்தனர் என்றும், அங்கு அரசனுமில்லை; தண்டிக்கப் படுவோருமில்லை என்றும் கூறப்பட்டுள்ளது.

ஆனால் அரசனின் அவசியத்தைப் பற்றியும், அரசன் இல்லை எனில் அராஜகம்தான் தாண்டவமாடும் என்று கூறப்பட்டுள்ளது. அரசன் இல்லாவிட்டால் அது நீரில்லா நதிக்கு ஒப்பாகும் என்று சாத்திரங்கள் கூறுகின்றன.

போஜன் எழுதிய "சமரங்கள் சூத்திர தாரா" முதல் அரசன் பிருகு என்றும் கூறுகிறது.

பிரம்மா கூறினாராம்:

"பிருகு உங்கள் அனைவருக்கும் அதிபதியாக இருப்பார். அவர் நல்லவரைக் காப்பார். கெட்டவரைத் தண்டிப்பார். உங்கள் அச்சத்தை அறவே ஒழிப்பார். அவர் பாரபட்சமின்றி நியாயத்தைப் பேணிப் பாதுகாத்து செங்கோல் ஆட்சியை நடத்தி எல்லோரையும் காப் பாற்றுவார்."

இதைக் கேட்டவுடன் நரமானிடர் அனைவரும் பிருகுவை நோக்கிக் கூறினார்களாம்:

"உலக ஆண்டவனே! துன்பக் கடலில் ஆழ்ந்திருக்கும் எங்களை ரட்சிப்பீர்களாக!"

அதற்கு பிருகு கூறினாராம்:

"நீங்கள் அஞ்சாதீர்கள்! உங்களை நான் காப்பாற்றுவேன் நான் தவ தர்மத்தைப் (அவரவர்கள் கடமையைச் செய்ய) பேணிக் காப் பேன். வர்ணாசிரம தர்மத்தையும் (ஜாதி முறை) ஆசிரம தர்மத்தை யும் (வாழ்க்கையின் பல கட்டங்கள்) கட்டாயம் அமுல் நடத்துவேன். இதை மீறி நடப்பவர்களுக்கு கடுமையான தண்டனை கொடுப்பேன். நான் கிராமங்களையும், நகரங்களையும் ஏற்படுத்தி வளர்ச்சியை அதிகரிக்கச் செய்வேன். இவ்வாறு உங்கள் சுபிட்ச வாழ்வுக்காக ஆவன செய்வேன்."

கௌடில்யாவின் அர்த்த சாத்திரத்தில் மனு, மன்னனாகத் தேர் தெடுக்கப்படுகிறார். மக்கள் தங்கள் தான்யத்தில் ஆறில் ஒரு பங்கும், வியாபாரப் பொருள்களில் பத்தில் ஒரு பங்கும், தங்களிடமிருந்த தங்கத்தில் ஒரு பகுதியையும் மன்னனுக்குக் கொடுக்கச் சம்மதித்தனர். அரசன் இவர்களின் நல்வாழ்விற்காக ஆவன செய்ய வேண்டும் என்பதும் இதில் உள்ளடங்கி இருந்தது.

மகாபாரத்திலும் மனுதான் உலகத்தில் தோன்றிய முதல் மன்னன் என்று கூறப்படுகிறது. பிரம்மா மனுவைத்தான் முதல் மன்னனாக நியமித்தார் என்றும் கூறப்படுகிறது.

ஆகவே உலகத்தில் தோன்றிய முதல் மன்னன் மனுவா, பிருகுவா என்பதில் வேதங்களும், இதிகாசங்களும் முரண்பட்டுக் கூறி உள்ளன.

மனுஸ்மிரிதிப்படி பிராமணன், கடவுளின் அழியா நூலின் தெய்வப் பிறவி, உயிருள்ள எல்லாப் பொருள்களின் அதிபதி, உலகிலுள்ள எல்லாப் பொருள்களின் உரிமையாளன், மற்றவர் எல்லோருமே அவனுக்கு அடிபணிந்து நடக்க வேண்டும். நெருப்புப் போல், அவன் ஒரு தெய்வமே - அவன் கல்லாதவனே ஆனாலும், அடி முட்டாளானாலும் பிராமணன் என்றதால் அவனை அனைவரும் வணங்க வேண்டும்! இத்தனையும் மனு சாத்திரம் கூறுகிறது.

எனவே புலிக்குத் துணை புதர் புதருக்குத் துணை புலி போல் மன்னனுக்கு பார்ப்பனன் துணை, பார்னனுக்கு மன்னன் துணை!

சூரியன், சந்திரன், வாயு, இந்திரன், குபேரன், வருணன், யமன் அனைவரும் மன்னன் மூலம் உலகத்தில் அவதாரமெடுத்தனர். ஆகவே மன்னன் மனிதனல்ல. தேவரில் வைத்து அவனை அடி பணிய வேண்டியது மக்களின் தலையாய கடமையாகும்.

இவ்வாறு ஒரு கட்டம் வரை இருந்தது. சத்திரிய ராஜபரம்பரை, பிராமணர்களின் ஆதிக்கத்தை எதிர்க்கத் தொடங்கிற்று. அம் மன்னர்கள் வேதங்களை புறக்கணித்து, பௌத்த மதத்தைப் பின் பற்றினர். எனவே கௌடில்யர் சூத்திரர்களை (4ம் பிரிவு) மன்னர் களாக ஆக்கத் தொடங்கியதைப் பார்க்கலாம். சந்திர குப்தாவை மன்னனாக ஏற்றுக் கொள்வதை சரித்திரம் கூறுகிறது. இவரை பிராமணர்கள் ஆதரிப்பதையும், இதுதான் கடவுள் காண்பித்த வழி என்றும் கூறத் தொடங்குவதையும் பார்க்கலாம்.

நிற்க, இன்றைய சமுதாயத்தில் குடியரசு, ஜனநாயகம் என்ற அமைப்புகளைக் காணலாம்.

முதலாளித்துவ சமுதாயத்தில் குடிமக்கள் சொன்னபடி குடிமக்கள் ஆட்சி என்றெல்லாம் கூறுவது, உண்மைக்கு முற்றிலும் புறம் பானதாகும். முதலாளி வர்க்கத்தின் ஆட்சிக்கு இது ஒரு போர்வை யே தவிர வேறு ஒன்றுமில்லை. தொழிலாளி வர்க்கத்தை மேலும் சுரண்ட இது ஓர் அரசியல் அமைப்பேயாகும்.

இதற்கு நேர்மாறாக, சோஷலிஸ்ட் குடியரசு என்பது தொழிலாளி வர்க்கத்தின் சர்வாதிகாரமே யாகும். சமுதாயத்தில் ஒரே வர்க்கம் - தொழிலாளி வர்க்கம், அதற்கு ஏற்ப அதன் ஆட்சி!

தொழிலாளி வர்க்கத்தின் சர்வாதிகாரத்தின் கீழ்தான் தொழிலாளி வர்க்கம் உண்மையான ஜனநாயகத்தை அனுபவிக்க முடியும்.

தொழிலாளி வர்க்கத்தின் சர்வாதிகாரம் என்று ஏன் கூறுகிறோம் என்றால், எதிர்ப்புரட்சி சக்திகளை, ஏகாதிபத்திய சூழ்ச்சிகளை முறியடிப்பதில் அவர்களுக்கு எவ்வித ஜனநாயக உரிமைகளையும் அளிக்க மாட்டோம் என்பதுதான் பொருள்.

முதலாளித்துவ ஜனநாயம் என்பது, தொழிலாளி வர்க்கத்தை அசுர அடக்குமுறை மூலம் சுரண்டும் கருவியே தவிர வேறொன்று மில்லை.

சமுதாயத்தில் வர்க்க பேதமே இல்லை. வர்க்க பேதமற்ற சமுதாயம், சுரண்டலற்ற சமுதாயம் என்றால் எல்லோருக்கும் வேலை, எல்லோருக்கும் உணவு, உடை, எல்லோருக்கு எல்லாம் என்ற உன்னதமான சமுதாயத்தில்தான் உண்மையான ஜனநாயகம் தழைத்து ஓங்கி வளரும்.

## ஏகாதிபத்தியமும் - பாசிசமும்

அரசைப்பற்றி ஏற்கனவே தெளிவுபடுத்தி உள்ளோம். முதலாளித் துவ சமுதாய அமைப்பில் எவ்வாறு ஜனநாயகக் குடியரசு என்றதோர் அமைப்பை ஏற்படுத்திக் கொண்டு தோற்றத்தில் ஜனநாயகமும், குடியரசும் - ஆனால் உண்மையில் முதலாளித்துவ சர்வாதிகாரமாகத் தான் அவைகளின் உள்ளடக்கம் இருக்கின்றது என்பதை எல்லோரும் அறிவர்.

ஏகாதிபத்தியம் என்றால் என்ன என்பது பற்றியும் பாசிசம் என்றால் என்ன என்பது பற்றியும், இவ்விரண்டிற்கும் என்ன உறவு என்பது பற்றியும் இப்பொழுது பார்ப்போம். இவ்விரண்டுமே சமய வழிபாடு, கடவுள் நம்பிக்கை போன்ற மூட நம்பிக்கைகளின் மீது ஆதாரப்பட்டவை. பொருள் முதல் வாதத்தை இரண்டுமே கடுமை யாக எதிர்த்து வந்துள்ளன. ஆனால் காலத்திற்கு ஏற்றவாறு புதிய தத்துவத்தை ஏற்படுத்தி உள்ளன. இவைகளைப் பிறகு பரிசீலித்து அவை எவ்வாறு ஏகாதிபத்திய அமைப்பை நியாயப்படுத்த ஏற்பட்டவை என்பதை விளக்குவோம்.

ஒவ்வொரு கட்டத்திலும் அரசு என்பது அன்றிருக்கும் பொருளா தார அமைப்பின் அடிப்படையில் எழுப்பப்படும் ஓர் கட்டிடமா கும். எனவே, முதலாளித்துவ சமூக அமைப்பில் உற்பத்தி முறையை ஒட்டி ஜனநாயக குடியரசு என்றதோர் கட்டிடம் கிளப்பப்பட்டுள் ளது. எனவே, முதலாளித்துவ பொருளாதார அமைப்பில் ஏற்படும் மாற்றத்திற்கு ஒப்ப, ஏகாதிபத்திய அமைப்பும் அரசுத் தன்மையில் தோற்றமாகக் காட்சி அளிக்கின்றது.

முதலாளித்துவம் எப்படி, எவ்வாறு ஏகாதிபத்தியமாகின்றது என்பதனை லெனின் மிகத் தெளிவாக அவருடைய பிரசித்தி பெற்ற நூலாகிய "ஏகாதிபத்தியம் - முதலாளித்துவத்தின் உச்ச கட்டம்" என்பதில் விளக்கி உள்ளார்.

இதைத்தான் இப்போது விளக்கப் போகிறோம்:

"தொழிலின் ஏராளமான வளர்ச்சியும், என்றும் வளர்ந்து கொண்டேயிருக்கின்ற ஸ்தாபனங்களில் உற்பத்தி குவிதலின் குறிப்பிடத்தக்க துரிதமான போக்கும் முதலாளித்துவத்தின் மிக மிக முக்கியமான குணாம்சங்களில் ஒன்றாகும். (லெனின் "ஏகாதிபத்தியம் - முதலாளித்துவத்தின் உச்சகட்டம்" - புராகிரஸ் பதிப்பகம் - மாஸ்கோ. பக்.22).

முதலாளித்துவம் வளர வளர, நாட்டில் செல்வம் அனைத்தும் ஒரு சில ஏகபோக முதலாளிகளின் கைகளில் குவிகிறது. சிறு முதலாளிகள் அழிக்கப்படுகின்றனர். பூதாகரமான சங்கிலித் தொடர்பு கொண்ட தொழில் நிறுவனங்கள் ஏற்படுகின்றன.

"கூட்டமைப்பானது வர்த்தகத்தின் எழுச்சி வீழ்ச்சிகளை சமப் படுத்துகிறது. ஆகையால் கூட்டமைந்த தொழில் நிறுவனங்களுக்கு மேலும் நிலையான ஒரு லாப விகிதத்தை உத்தரவாதம் செய்கிறது. இரண்டாவதாக வர்த்தகத்தை வேண்டாத நிலைக்கு அது இட்டுச் செல்கிறது. மூன்றாவது, தொழில் நுணுக்க அபிவிருத்தி விளைவாக "தூய" (அதாவது கூட்டமைப்பற்ற) தொழில் நிலையங்களுக்கு கிடைப்பதை விட மேற்பட்ட உபரி லாபங்களையும் பெறுதலையும் அது சாத்தியமாக்குகிறது. நான்காவதாக "தூய" ஸ்தாபனங்களின் நிலையுடன் ஒப்பிடும்போது கூட்டமைந்த தொழில் நிலையங்களின் நிலையை அது பலப்படுத்துகிறது. கடுமையான பொருளாதார மந்தம் (தொழில்களில் இடற்பாடுகள், நெருக்கடிகள்) ஏற்படும் காலங்களில் கச்சாப் பொருள்களின் விலைச் சரிவு, செய்பொருட்களின் விலைச் சரிவைவிட குறைவாயிருக்கும் பொழுது போட்டிப் போரில் கூட்டமைந்த ஸ்தாபனங்களின் நிலையைப் பலப்படுத்து கிறது," என்று ஹில் பர்டிங் எழுதுகிறார். (மேற்கூறிய நூல் பக்கம்.27)

எனவே இச்சூழ்நிலைகளில் தொழில் அதிபர்களின் ஏகபோகக் கூட்டுகள், கார்டல்கள், சிண்டிகேட்டுகள் முதலியவை துரிதமாக ஏற்படுகின்றன.

"அரை நூற்றாண்டுக்கு முன்னர் மார்க்ஸ் 'மூலனத்தை' எழுதிக் கொண்டிருந்தபோது, கட்டுப்பாடற்ற போட்டி "இயற்கையான விதி" என்று மிகப் பெரும்பான்மையான பொருளாதார வாதிகளுக்குத் தோன்றியது. கட்டுப்பாடற்ற போட்டி, உற்பத்திக் குவிதலை தோற்று விக்கிறது என்றும், அது அடுத்தபடியாக, தனது வளர்ச்சியின் ஒரு குறிப்பிட்ட கட்டத்தில் ஏகபோகத்திற்கு இட்டுச் செல்கிறது என்றும், முதலாளித்துவத்தைப் பற்றி தத்துவ ரீதியானதும் சரித்திரப் பூர்வமானதுமான ஆராய்ச்சியின் வாயிலாக நிரூபிக்க மார்க்ஸின்

நூலை - அதைப் பற்றி ஒன்றும் கூறாமல் மௌனமாக இருப்பதன் மூலமாக சதி செய்த அழித்துவிட அரசாங்கச் சார்புள்ள விஞ்ஞானம் முயற்சி செய்தது. இன்று ஏகபோகம் ஒரு நடைமுறை உண்மையாகி விட்டது. பொருளாதார வாதிகள் மலைகளாக புத்தகங்களை எழுதிக் குவிக்கிறார்கள். அவைகளில் அவர்கள் ஏகபோகத்தின் தனித்தனி தோற்றங்களை வர்ணிக்கிறார்கள். "மார்க்சீயம் பொய்ப்பிக்கப்பட்டு விட்டது" என்று கோஷ்டி கானமாக தொடர்ந்து பிரகடனம் செய்கிறார்கள். ஆங்கிலப் பழமொழி ஒன்று கூறுவது போல் - உண்மைகள் பிடிவாதமானவை; நமக்கு பிடிக்கிறதோ இல்லையோ, அவைகளை நாம் கணக்கில் எடுத்துக் கொண்டாக வேண்டும். முதலாளித்துவ நாடுகளுக்கிடையில் உள்ள வித்தியாசங்கள், உதாரண மாக காப்பு, அல்லது கட்டுபாடற்ற வர்த்தகம் ஆகிய விஷயத்தில் உள்ள வித்தியாசங்கள், ஏகபோகங்களின் உருவிலும், அவைகள் தோன்றும் காலத்திலும் கொஞ்சமும் முக்கியமற்ற மாறுதல்களையே உண்டாக்குகின்றன என்றும் உற்பத்திக் குவிதலின் விளைவாக ஏக போகங்கள் தோன்றுவதானது முதலாளித்துவ வளர்ச்சியின் இன்றைய கட்டத்தில் பொதுவான, அடிப்படையான விதியாகும் என்று நடை முறை உண்மைகள் காட்டுகின்றன." (மேற்கூறிய நூல் பக். 31-32)

கார்டல்கள் இயக்கம் தழைத்து ஓங்கி வளர்ந்துள்ளது. எவ்வாறு முதலாளித்துவம் ஏகபோகமாக வளர்ந்த பரிணாம வளர்ச்சி பெற்றுள்ளது என்பதை லெனின் மிக அழகாக எடுத்துரைக்கின்றார்.

"ஏகபோகங்களது வரலாற்றின் முக்கிய கட்டங்கள் கீழ்க் கண்ட வாறு உள்ளன:

1. 1860-80: கட்டுப்பாடற்ற போட்டியின் வளர்ச்சியின் உச்சக்கட்டம், யாவற்றிலும் மேலான நிலை; ஏகபோகங்கள் அரிதாகவே தென்படும் கருநிலையில் உள்ளன.

2. 1873ன் பொருளாதார நெருக்கடிக்குப் பிறகு, கார்டல்கள் வளர்ச்சி களும் நீண்ட காலப்பகுதி; ஆயினும் அவை இன்னும் விதி விலக்காகவே உள்ளன, அவை இன்னும் நிலைபெறவில்லை. அவைகள் இன்னும் மாறுகின்ற நிகழ்ச்சியாகவே உள்ளன.

3. 19 ஆம் நூற்றாண்டின் இறுதியில் ஏற்பட்ட கொழிப்பும், 1900-03ல் ஏற்பட்ட நெருக்கடியும், பொருளாதார வாழ்வு முழுவதற்குமான அடிப்படைகளில் ஒன்றாக கார்டல்கள் - ஆகி விடுகின்றன. முதலாளித்துவம் ஏகாதிபத்தியமாக மாற்றப்பட்டு விட்டது. (மேற்கூறிய நூல் பக்.35-36)

“விற்பனையின் நிபந்தனைகள், பணம் செலுத்துவதற்கான கெடுக்கள் முதலியவைகள் பற்றி கார்டல்கள் ஒப்பந்தத்திற்கு வருகின்றன. மார்கெட்டுகளை அவைகள் தங்களுக்கிடையில் பகிர்ந்து கொள்கின்றன. உற்பத்தி செய்யப்பட வேண்டிய பொருள் களின் அளவை அவை நிர்ணயிக்கின்றன. விலைகளை நிர்ணயிக் கின்றன. தனித்தனி ஸ்தாபனங்களுக்கிடையில் லாபத்தை பிரித்துக் கொள்கின்றன. இன்னும் இப்படி பலவற்றைச் செய்கின்றன. *(மேற்கூறிய நூல் பக். 36)*

ஏற்கனவே இருந்த போட்டி என்பது ஏகபோகமாக மாறுகிறது. இதன் விளைவாக உற்பத்தி சமுதாய உற்பத்தியாக்கப்படுகின்றது. குறிப்பாக, தொழில்நுட்பக் கண்டுபிடிப்புகளும் அபிவிருத்திகளும் சமுதாய ரீதியாகின்றன.

இவற்றை லெனின் பின்வருமாறு விளக்குகிறார்: “இது அங்கும் இங்கும் சிதறி ஒருவரைப் பற்றி ஒருவர் அறியாமல் திட்டமாகத் தெரியாத ஒரு மார்கெட்டுக்காக உற்பத்தி செய்து கொண்டிருந்த உற்பத்தியாளர்களுக்கு முன் இடையிலிருந்த கட்டுப்பாடற்ற போட்டியிலிருந்து, முற்றிலும் வேறான ஒன்றாகும். ஒரு நாட்டின், ஏன் நாம் கவனிக்கப் போகின்ற பல நாடுகளின் அல்லது உலக முழுவதின் கச்சாப் பொருள்களின் எல்லா ஊற்றுக் கண்களையும் (உதாரணமாக பூமிக்கடியில் இரும்புக் கனியிருப்பை) ஏறத்தாழ மதிப்பிடக்கூடிய அளவுக்கு குவிதல் முறை வளர்ந்துள்ளது. இப்படிப்பட்ட மதிப்பீடுகள் செய்யப்படுவது மட்டுமின்றி அவ்வூற்றுக் கண்கள் பிரம்மாண்டமான ஏகபோக கூட்டமைப்பு களால் கைப்பற்றப் பட்டிருக்கின்றன. மார்க்கெட்டுகளின் கொள்ள ளவைப் பற்றிய ஒரு சுமாரான மதிப்பீடும் செய்யப்பட்டுள்ளது. ஏகபோகக் கூட்டமைப்புகள் தங்களுக்குள் ஒப்பந்தம் மூலம் இவைகளை “பங்கிட்டுக் கொள்கின்றன” தேர்ச்சி பெற்ற தொழி லாளர்களும் ஏகபோகமாக்கப்பட்டுள்ளனர். தலைசிறந்த எஞ்சினீயர் களும் அமர்த்தப்பட்டுள்ளனர். போக்குவரத்து சாதனங்கள் - அமெரிக்காவில் ரயில்வேக்கள், ஐரோப்பாவிலும் அமெரிக்காவிலும் கப்பல் கம்பெனிகள் - கைப்பற்றப்பட்டிருக்கின்றன. தனது ஏகாதி பத்திய கட்டத்தில் முதலாளித்துவ உற்பத்தி மிகமிக விரிவான சமுதாய ரீதியாக்கப்படுவதை மிகவும் நெருங்கி விடுகிறது. இது, முதலாளிகளை அவர்களின் விருப்பத்திற்கும் உணர்விற்கும் மாறாக, ஒரு விதமான புதிய சமுதாய அமைப்பில் அறவே கட்டுப்பாடற்ற போட்டியிலிருந்து முழுவதும் சமுதாய ரீதியாகப்படுதலுக்கு மாறும் நிலையிலுள்ள ஒரு அமைப்பில் இழுத்து விடுகிறது என்று கூறலாம்.

"உற்பத்தி சமுதாய ரீதியாக அமைகிறது. ஆனால் அதைச் சொந்த மாக்கிக் கொள்வதோ தனி நபரிடமே இருந்து விடுகிறது. சமுதாய உற்பத்தி சாதனங்கள் இன்னும் ஒரு சிலரது தனிச் சொத்தாகவே இருக்கின்றன. சம்பிரதாய ரீதியாக அங்கீகரிக்கப்பட்ட கட்டுப்பாடற்ற போட்டியின் பொது வடிவம் அப்படியே இருக்கிறது; ஒருசில ஏகபோகக்காரர்களால் பொது மக்கள் மீது சுமத்தப்பட்டுள்ள நுகம் நூறு மடங்கு மேலும் கனமானதாகவும், சுமையுள்ளதாகவும், பொறுக்க முடியாததுமாகவும் ஆகிறது. (மேற்கூறிய நூல் பக். 43-44)

"...முதலாளித்துவத்தின் வளர்ச்சி ஒரு கட்டத்தை அடைந்து விட்டது என்பதை இது கூறுகிறது. அக்கட்டத்தில் பண்ட உற்பத்தி இன்னும் 'ஆட்சி புரிந்தாலும்' பொருளாதார வாழ்வின் அடிப்படை எனத் தொடர்ந்து கருதப்பட்டாலும், அதன் அஸ்திவாரம் உண்மை யில் பறிக்கப்பட்டுவிட்டது லாபத்தில் பெரும் பகுதி நிதித் தில்லு முல்லுக்கார "மேதைகளுக்குப்" போகிறது. இந்தத் தில்லுமுல்லு களுக்கும் மோசடிகளுக்கும் அடிப்படையில் உற்பத்தி சமுதாய ரீதி யாக்கப்படுதல் உள்ளது. ஆனால் இந்த சமுதாய ரீதியாக்கப்படு தலைச் சாதித்த மனித சமூகத்தின் மிகப்பெரும் வளர்ச்சியால் நன்மையுண்டாவது - ஊக வாணிகக் காரர்களுக்குத்தான். முதலாளித்துவ ஏகாதிபத்தியத்தை விமர்சனம் செய்யும் பிற்போக்கு-பிலிஸ்டைன் விமர்சகர்கள் எவ்வாறு "இந்தக் காரணங்களால்" "கட்டுப்பாடற்ற" "அமைதியான" "நாணயமான" "போட்டிக்கு மீண்டும் செல்ல கனவு காண்கிறார்கள் என்பதைப் பிறகு நாம் காண்போம்" என்கிறார் லெனின். (மேற்கூறிய நூல் பக். 46-47)

ஆகவே முதலாளித்துவம் தன் பரிணாம வளர்ச்சியில் ஒரு குறிப் பிட்ட கட்டத்தை அடைந்துவிட்டது. ஆகவே, முதலாளித்துவ முரண் பாடுகளை கட்டுப்படுத்துவதற்கு பதிலாக, தீவிரப்படுத்தும் நிலையை முதலாளித்துவத்தின் புதிய கட்டம் ஏற்படுத்துகின்றது. ஏற்கனவே வங்கிகள் முதலாளித்துவத்தின் கருவியாக இருந்தது. இந்தப் புதிய கட்டத்தில் மிகச் சிறந்த ஆயுதமாகின்றது. வங்கிகள் பெரும் முதலாளிகள் கையில் மேலும் மேலும் குவிகின்றன. சிறிய வங்கிகள் அழிக்கப்படுகின்றன. நாட்டின் ஜீவாதாரப் பொருளாதாரம் ஏகபோக முதலாளித்துவத்தின் கையில் உறுதியாக குவிகின்றது. வங்கிகள் ஏகபோக முதலாளிகள் கையில் இருப்பதால் கடன் தேவை யென்றால், அவர்களின்றி ஓரணுவும் அசையாது என்ற நிலை! எனவே, பெரிய தொழிற்சாலைகள் ஏகபோக முதலாளிகளின் தயவில் தான் நடத்த வேண்டும். அவர்கள் தான் பெரிய தொழிற்சாலை களுக்கு அதிபதிகளாகின்றனர்.

இதை லெனின் மிக அழகாக விளக்கி உள்ளார்:

"உற்பத்தி குவிதல்; அதிலிருந்து ஏகபோகம் எழுதல்; பாங்குகள் தொழிலுடன் ஒன்றிணைதல் அல்லது ஒன்றாகுதல் - இதுதான் நிதி மூலதனத்தின் எழுச்சியின் வரலாறு; நிதி மூலதனம் என்ற இப் பதத்தின் சாராம்சம் இப்படிப்பட்டது தான்" (மேற்கூறிய நூல் பக். 90)

எப்படி, எவ்வாறெல்லாம் நிதி மூலதனம் பூதாகரமாக வளர்கின்றது, மூலதனத்தைப் பெருக்கிக் கொள்கின்றது, எக்கச்சக்கமான லாபத்தை அனுபவிக்கிறது - இவைகளை அமெரிக்க உதாரணத்தை எடுத்து லெனின் பின்வருமாறு கூறுகிறார்:

"சிலரது கைகளில் குவிந்து உண்மையான ஏகபோகம் வகிக்கும் நிதி மூலதனம் கம்பெனிகளைத் தொடங்குதல், பங்குகளை வெளியிடுதல், அரசாங்க கடன் முதலியவைகளிலிருந்து ஏராளமானவையும், மேலும் மேலும் அதிகரிப்பவையுமான லாபங்களை கிரகிக்கிறது; நிதி ஆட்சிக் குழுவின் ஆதிக்கத்தை வலுப்படுத்துகின்றது. மேலும் ஏகபோகக்காரர்களின் நன்மைக்காக சமுதாயம் முழுவதினிடமிருந்தும் கப்பம் வசூலிக்கிறது. அமெரிக்க டிரஸ்டுகளின் "தொழில் முறைகளை" பற்றி மிகுதியான பல உதாரணங்களிலிருந்து எடுக்கப்பட்ட, ஹல்பர்டிங்கினால் மேற்கோளாக எடுத்தாளப்பட்ட, ஒரு உதாரணம் இதோ இருக்கிறது - 65 லட்சம் டாலர்கள் மொத்த மூலதனத்தை உடைய 15 சிறிய நிறுவனங்களை ஒன்று சேர்த்து 1887-ல் ஹாவமேயர் என்பவர் சர்க்கரை டிரஸ்டை நிறுவினார். இந்த டிரஸ்டின் மூலதனம் அமெரிக்கர்களின் செல்வத்தைப் போல் "நீரால் பெருக்கப்பட்டு" 5 கோடி டாலர்களாக பிரகடனப் படுத்தப்பட்டது. அமெரிக்க ஐக்கிய நாடுகளின் எஃகு டிரஸ்ட் இரும்புக் கனிமப் பிரதேசங்களை முடிந்த அளவில் வாங்குவதில் தனது எதிர்கால ஏகபோக லாபங்களை எவ்வாறு எதிர்பார்க்கிறதோ அதேபோல் இந்த 'ஆதி மூலதனமாக்குதலும்' ஏகபோக லாபங்களை எதிர்நோக்கியது. உண்மையில், ஏகபோக விலைகளை இந்த சர்க்கரை டிரஸ்ட் நிர்ணயித்தது. இவ்விலைகள் ஏழு மடங்கு நீரால் பெருக்கப்பட்ட மூலதனத்தின் மேல் 10 சதம் அல்லது டிரஸ்ட் அமைக்கப்பட்ட காலத்தில் உண்மையாக இடப்பட்ட மூலதனத்தின் மேல் 70 சதம் லாபப் பங்கீட்டை கொடுக்கும் அளவுக்கு லாபங்களை தந்தன! 1909ல் இந்த சர்க்கரை டிரஸ்டின் மூலதனம் 9 கோடி டாலர்களாயிற்று. இருபத்திரண்டு ஆண்டுகளில் பத்து மடங்குக்கும் அதிகமாக அது தனது மூலதனத்தைப் பெருக்கிக் கொண்டது. (மேற்கூறிய நூல் பக். 103-104) மேலும் லெனின் கூறுகிறார்:

"கட்டுப்பாடற்ற போட்டி தனியாட்சி செய்த காலத்தைச் சேர்ந்த பழைய முதலாளித்துவத்தின் விசேசத் தன்மை சரக்குகளின் ஏற்றுமதி யாகும். ஏகபோகங்கள் ஆட்சி புரிகின்ற காலத்திய முதலாளித் துவத்தின் நவீன கட்டத்தின் விசேஷத் தன்மை மூலதனத்தின் ஏற்றுமதி யாகும். (மேற்கூறிய நூல் பக். 121)

"மூலதன ஏற்றுமதி செய்யும் நாடுகள் உலகத்தைத் தங்களுக்குள் உருவகப் பொருளில் பிரித்துக் கொண்டுவிட்டன. ஆனால் நிதி மூல தனமோ உலகத்தை உண்மையிலேயே பங்கிடுவதில் கொண்டுவிட் டிருக்கிறது என்று லெனின் கூறுகிறார். (மேற்கூறிய நூல் பக். 132)

எவ்வாறு முதலாளிகளின் கூட்டமைப்புகளுக்கிடையில் உலகப் பங்கீடு நடைபெற்று வருகிறது என்பதை லெனின் விளக்குகிறார்:

"முதலாளிகளின் ஏகபோக கூட்டமைப்புகளும், கார்டல்களும், சிண்டிகேட்டுகளும், டிரஸ்டுகளும் முதன் முதலாக உள்நாட்டு மார்கெட்டை தங்களுக்குள் பிரித்துக் கொள்கின்றன. ஒரு நாட்டினது உற்பத்தித் தொழிலினது உரிமையை ஏறத்தாழ முழுமையாக கைப் பற்றிக் கொள்கின்றன. ஆனால், முதலாளித்துவத்தின் கீழ் உள்நாட்டு மார்கெட் வெளிநாட்டு மார்கெட்டுடன் தவிர்க்க முடியாதபடி பிணைந்திருக்கிறது. நீண்ட காலத்துக்கு முன்பே முதலாளித்துவம் ஒரு உலக மார்கெட்டை சிருஷ்டித்தது. மூலதன ஏற்றுமதி பெருகப் பெருக, மிகப் பெரிய ஏகபோகக் கூட்டமைப்புகளின் அந்நியத் தொடர்புகளும் காலனித் தொடர்புகளும், செல்வாக்கு மண்டலங் களும், எல்லா வழிகளிலும் விரிவடைய விரிவடைய, இக்கூட் டமைப்புகளுக்கிடையில் ஒரு சர்வதேச உடன்பாடு ஏற்படுவதற்கும், சர்வதேசக் கார்டல்கள் அமைக்கப்படுவதற்கும் "இயற்கையாக" விஷயங்கள் இழுத்துச் சென்றன.

...இது மூலதனத்தினுடையதும் உற்பத்தியினுடையதுமான உலக ரீதியான குவிதலில் ஒரு புதிய கட்டம், முந்திய கட்டங்களைக் காட்டிலும் ஒப்புயர் வில்லாபடி மிகவும் உயர்ந்த கட்டம் ஆகும்." (மேற்கூறிய நூல் பக். 133-134)

இதுதான் 'அதி ஏகபோகம்' (Super monopoly) என்று அழைக்கப் படுவதாகும்.

பெரும் வல்லரசுகளுக்கிடையில் உலகப் பங்கீடு எவ்வாறு நடை பெறுகிறது என்பதை லெனின் மிகத் தெளிவாக விளக்குகிறார் "...முதலாளித்துவ வளர்ச்சியின் நவீன கட்டத்துடன்," நிதி மூலதனத் துடன் மிகமிக நெருக்கமாக சம்பந்தப்பட்டுள்ள உலகக் காலனி

ஆதிக்கக் கொள்கையின் ஒரு விசேஷக் கால கட்டத்தினூடே நாம் சென்று கொண்டிருக்கிறோம். *(பக். 153)*

இந்த விசேஷக் கால கட்டம்தான் ஏகாதிபத்தியமாகும். முதலாளித் துவத்தின் ஒரு பிரத்யேக காலககட்டமே ஏகாதிபத்தியமாகும்.

ஏகாதிபத்தியம் என்றால் என்ன என்பதை விளக்கும் முறையில் லெனின் 5 அம்சங்களை எடுத்துரைக்கிறார்:

1. உற்பத்தி குவிதலும், மூலதனக் குவிதலும் மிக உயர்ந்த நிலைக்கு வளர்ந்து விட்டன. அந்நிலையில், பொருளாதார வாழ்வின் நிர்ண யகரமான பங்காற்றும் ஏகபோகங்களை அவை உருவாக்குகின்றன.

2. தொழில் மூலதனத்துடன் பாங்கு மூலதனமும் ஒன்றிணைதலும், இந்த நிதி மூலத்தின், அடிப்படையில் ஒரு நிதியாட்சிக் குழு உருவாதலும்.

3. சரக்கு ஏற்றுமதிக்குப் பதிலாக மூலதன ஏற்றுமதி பிரத்யேக முக்கியத்துவம் பெறுகிறது.

4. உலகைப் பங்கிட்டுக் கொள்ளும் சர்வதேச ஏகபோக முதலாளித் துவ கூட்டமைப்புகள் உருவாதல்.

5. மிகப் பெரிய முதலாளித்துவ வல்லரசுகளுக்கிடையில் உலக நிலப்பரப்பின் பங்கீடு முற்றுப் பெற்றுவிட்டது.

"எந்தக் கட்டத்தில் ஏகபோகங்கள், நிதி மூலதனம், ஆகியவை களின் ஆதிக்கம் வேரூன்றிவிட்டதோ, மூலதன ஏற்றுமதி விசேஷ முக்கியத்துவம் பெற்றுவிட்டதோ, சர்வதேச டிரஸ்டுகளுக்கிடையில் உலகம் பங்கிடப்படுவது தொடங்கி உள்ளதோ, உலகின் நிலப் பரப்பு அனைத்தும் மிகமிகப் பெரிய முதலாளித்துவ நாடுகளுக் கிடையில் பங்கிடப்படுவது முற்றுப்பெற்று விட்டதோ, அந்த வளர்ச்சிக் கட்டத்தில் உள்ள முதலாளித்துவமே ஏகாதிபத்திய மாகும்." *(மேற் கூறிய நூல் பக். 178-179)*

பாசிசம் என்பது ஏகபோக முதலாளித்துவம் அழுகி, அழிந்து போகும் காலத்தில் ஏற்படும் ஏகாதிபத்தியத்தின் தோற்றமே ஆகும். தன் உலகச் சுரண்டலையும், உள்நாட்டுச் சுரண்டலையும் திறம்பட நடத்த ஏகாதிபத்தியம் ஜனநாயக குடியரசு அமைப்பை ஏற்படுத்திக் கொள்கிறது. ஜனநாயகக் குடியரசு என்று கூறிய போதிலும் உண்மை யில் ஏகபோக முதலாளி வர்க்கத்தின் சர்வாதிகாரத்தை நடத்த ஏற்படுத்திக் கொள்ளும் ஒரு அமைப்பேயாகும்.

தொழிலாளி வர்க்கமும், அதன் அரசியல் கட்சியான கம்யூனிஸ்ட் கட்சியும் பலமடைந்து ஏகாதிபத்தியத்தின் ஆட்சியை தலைகுப்புற கவிழ்க்கும் காலம் வரும் தறுவாயிலிருக்கிறது என்று ஏகாதிபத்யம் கருதும் சமயத்தில், ஜனநாயக அமைப்புகள் அத்தனையையும் அழித்து ராணுவ ஆட்சியை ஏற்படுத்திக் கொள்கின்றது. இது தான் பாசிசமாகும்.

எனவே பாசிசம் என்பது ஏகபோக முதலாளித்துவத்தின் ராணுவ ஆட்சியோகும்.

முதலாளித்துவத்தையும் ஏகாதிபத்திய ஆட்சியையும் பூர்ஷ்வா தத்துவ ஞானிகள் நியாப்படுத்தி வருவதே அவர்கள் தலையாயக் கடமையாகக் கருதுகிறார்கள். எனவே, விஞ்ஞான பொருள் முதல் வாதத்தை அவர்கள் கடுமையாக எதிர்க்கின்றனர்.

பொருள் முதல்வாதம் ஆத்மார்த்திக "வாழ்வை" புறக்கணிக்கிறது என்றும், மனிதன் ஓர் சோற்றுப்பிண்டமல்ல, அவன் கடவுளைப் பற்றி கிஞ்சிற்றேனும் நினைக்காமல் உலக வாழ்க்கையை நம்பி இருப்பதே பொருள் முதல்வாதத்தின் கொள்கையாதலால், அக் கொள்கை முற்றிலும் தவறானது, பொய்யானது என்று பூர்ஷ்வா தத்துவஞானிகள் பறைசாற்றுகின்றனர்.

உள்ளபடியே இருக்கும் உலகம் வெளித் தோற்றமேயொழிய வேறு ஒன்றுமில்லை என்பது அவர்கள் வாதம். இவர்கள் வாதம் அனைத்தும் கடவுள் நம்பிக்கை, சமய வழிபாட்டை வலியுறுத்தும் தத்துவமாகத்தான் இருந்து வருகிறது. ஏகாதிபத்தியத்தியத்தையும், பாசிசத்தையும்கூட நியாயப்படுத்துவதே அவர்கள் நோக்கம். தனி நபர் சுதந்திரம் சோஷலிச சமுதாயத்தில் இல்லையென்றும், ஜன நாயக குடியரசில் அதாவது ஏகபோக முதலாளித்துவம் ஏற்படுத்தி உள்ள அமைப்பில்தான் தனிநபர் சுதந்திரம் பேணிக்காக்கப் படுகிறது என்று ஓயாமல் கூறி வருகின்றனர்.

அமெரிக்க தத்துவஞானி டூயி *(Dewey)* என்பவர் சரித்திரீயப் பொருள் முதல்வாதத்தை எதிர்த்து புதிய தத்துவம் ஒன்றைக் கண்டு பிடித்தார். அதைப் 'புளூரலிஸம்' *(Pluralism)* என்று அழைக்கிறார். அதாவது சமுதாய வாழ்க்கையில் பொருளாதாரம் அல்ல, மாறாக - பலதரப்பட்ட சமுதாய வாழ்க்கை பிரச்சினைகள்தான் காரணம் என்கிறார். சமுதாய நிகழ்ச்சிகள் அனைத்தும் அறத்தால் நிர்ணயிக்கப் படுகின்றன என்கிறார் டூயி. "அமெரிக்க வாழ்க்கை முறை" சாலச் சிறந்தது என்று புகழ்ந்து கூறி, வர்க்க சமரசம் தான் சமுதாய

அமைதிக்கும், நல்வாழ்விற்கும் சாலச் சிறந்த முறையாகும் என்று தெள்ளத் தெளிவாக கூறுகிறார்.

டூயி புரட்சியை வெறுப்பது மட்டுமின்றி முதலாளித்துவ சமுதாயத்தில் சில சீர்திருத்தங்கள் தான் தேவையே தவிர அதை தலைகுப்புற கவிழ்ப்பது என்பது மன்னிக்க முடியாதது என்கிறார். சில பூர்ஷ்வா தத்துவஞானிகள் பிரக்மேடிசம் (Pragmatism) தான் இன்றைய சமுதாய வாழ்க்கைக்குச் சாலச் சிறந்த தத்துவம் என்கின்றனர். இதன் படி அன்றாட வாழ்க்கைப் பிரச்சனைகளைக் கவனிப்பது மனிதக் கடமை என்கிறார்கள்.

சுருங்கக் கூறின், இன்றைய பூர்ஷ்வா தத்துவ ஞானிகள் இன்றைய சமுதாய அமைப்பை பேணிக்காக்க, ஏகாதிபத்திய கொள்கைகளை நியாயப்படுத்த, புரட்சியை எதிர்க்க முனைந்து வேலை செய்து வருகின்றனர்.

கடவுள் நம்பிக்கையும் சமய வழிபாடும் வேரூன்றினால், ஏகாதிபத்தியம் சாசுவதமாக இருக்கும் என்பது தான் அவர்களின் தத்துவத்தின் சாரமாகும்.

## சரித்திரீய உலகாயதவாதத்தின் சாரம் (அ)

பண்டைக் காலத்திலிருந்து இன்று வரை ஒரு கேள்வி மக்களின் கவனத்தைக் காந்தம் போல் இழுத்து வந்துள்ளது. அதாவது சமுதாய அமைப்புகள் தற்செயலாக ஏற்பட்டவைகளா? அல்லது கடவுள் நிர்ணயித்தவாறு ஏற்படுகின்றனவா என்பதுதான்! சமுதாய அமைப்பை மனிதன் மாற்ற முடியுமா? அல்லது ஆண்டவன் அருளால்தான் அதைச் செய்ய முடியுமா? என்ற பிரச்சனையும் எழுகின்றது. எனவே, மனித சமுதாயம் அழிந்து, கடிந்தொழியும் திசை வழியில் சென்று கொண்டிருக்கிறதா, அல்லது வாழ்வாங்கு வாழப் பிறந்தவன் மனிதன் என்ற உன்னதமான நோக்குடன் முன்னேறிச் சென்று கொண்டிருக்கிறதா - என்பதுதான் கேள்வி.

இப்பிரச்சனைகளை ஒவ்வொரு காலத்திலும் சிந்தனைச் சிற்பிகள் சிந்தித்து சிந்தித்து பல கருத்துகளையும், நோக்கங்களையும் கூறி வந்துள்ளனர். ஆனால் காலப்போக்கும் உள்ளபடியே உள்ள உலக சரித்திரமும் அவர்களின் கருத்துகளையும் நோக்கங்களையும் சரித்திரத்தின் குப்பைத் தொட்டியில் வாரிப்போட்டுவிட்டன.

சரித்திரத்தை மேலெழுந்த வாரியாக பார்த்த போதிலும் கூட ஒரு விஷயம் புலனாகின்றது - எல்லா மனிதர்களின் நலன்களும் குறிக்கோளும் ஒன்றல்ல. இவை மாறுபட்டவையாகவும், முரண் பட்டவையாகவும் இருக்கின்றன. இம்முரண்பாடுகள் முட்டி மோதிக் கொள்கின்றன. இதன் விளைவாக ஒரு சரித்திர சம்பவம் ஏற்படுகின்றது. இச்சம்பவத்தை ஏற்படுத்திய தனிநபர்களின் குறிக்கோள் என்ன இருந்ததோ, அதற்கு நேர் மாறாக இச்சம்பவத்தின் விளைவுகள் ஏற்படுகின்றன.

1789-1794ல் நடைபெற்ற பிரெஞ்சுப் புரட்சியில் பங்கெடுத்த வர்கள் சுதந்திரம், சமத்துவம், சகோதரத்துவம் என்ற சீரிய லட்சியத் திற்காக பாடுபட்டனர். ஆனால் பிரஞ்சு புரட்சியின் வெற்றி இவற்றைத் தேடித் தரவில்லை. மாறாக பூர்ஷ்வா வர்க்கத்தின்

அதிகாரத்தை நிலை நாட்டிற்று. நிலப்பிரபுத்வத்தின் கீழ் இருந்து வந்த ஆண்டை - அடிமைத் தனம் ஒழிந்தது உண்மையே. ஆனால் பூர்ஷ்வா வர்க்கம் தொழிலாளி வர்க்கம் என்ற வர்க்க பேதமேற்பட்டு பழைய கொடிய முறை புதிய போர்வையில் கோரச் சுரண்டல் முறையாக காட்சி அளித்தது.

இதைப் புரிந்துகொள்ள முடியாமல், தத்துவ ஞானிகள் அவனின்றி ஓரணுவும் அசையாது என்று கூறி பிரச்சனையை மழுப்பினர். சரித்திரத்தை இவ்வாறு வியாக்யானம் செய்த தத்துவ ஞானிகளை, சுரண்டும் வர்க்கமாகிய பூர்ஷ்வா வர்க்கம் போற்றிப் புகழ்ந்தது. எண்ணம் முதல் வாதிகள் பூர்ஷ்வா வர்க்கத்தின் சுரண்டலுக்கு கேடயமாக நின்றனர். மார்க்சும் ஏங்கல்சும் பொருள் முதல் வாதத்தை சமுதாய பரிணாம வளர்ச்சிக்கும், சரித்திரத்திற்கும் பொருத்திப் பார்த்து விஞ்ஞானக் கொள்கையை விளக்கி, சமுதாயப் பரிணாம வளர்ச்சியின் பொது விதிகளை விளக்கிக் கூறினர். இதைத் தான் சரித்திரீய உலகாயத வாதம் அல்லது சரித்திரீய பொருள் முதல் வாதம் என்று அழைக்கிறோம்.

மார்க்சும் ஏங்கல்சும் சரித்திரத்தைப் பார்க்கும் கண்ணோட்டத்தில் புதியதோர் புரட்சியை ஏற்படுத்தினர். கடவுளோ அல்லது வேறு ஏதோ பராசக்தியோ அல்ல, மனித வாழ்க்கைக்கும் சமுதாய மாற்றத்துக்கும் காரணம்! மாறாக மனிதர்களே தங்கள் சரித்திரத்தை ஏற்படுத்துகிறார்கள். இந்தப் புதிய கண்ணோட்டம் எண்ணம் முதல் வாதிகளின் கருத்துகளை தவிடு பொடியாக்கிற்று.

மனித சரித்திரம் தற்செயலாகவோ, அல்லது கடவுள் கிருபை யாலோ ஏற்படுவதல்ல; யதார்த்த பௌதீக நிலைமைகள், மறைந்த சமுதாயத்தின் தொடர்ச்சியைக் கொண்டுதான் இச்சமுதாயத்தை மனிதர்கள் ஏற்படுத்துகின்றனர் என்று மார்க்சிசம் கூறுகிறது. லெனின் இதைப் பின்வருமாறு மிக அழகாகக் கூறுகிறார்: விஞ்ஞான ரீதியில் சமுதாயத்தை உணர இது பேருதவி அளித்தது. சமுதாய உறவுகள் உற்பத்தி உறவுகளின் மேல் ஆதாரப்பட்டுள்ளன. இவை உற்பத்தி சக்திகள் மீதும், அவற்றின் வளர்ச்சியின் மீதும் ஆதாரப் பட்டுள்ளன. இவை அனைத்தும் சமுதாய வளர்ச்சி எவ்வாறு இயற்கையாக, சரித்திரப் பூர்வமான தோற்றம் என்பதற்கு உறுதியான அடித்தளத்தை ஏற்படுத்தின.

"மனிதர்களின் உணர்வு அல்ல அவர்களின் இருப்பை நிர்ணயிப் பது. மாறாக அவர்களின் சமுதாய இருப்பு அவர்களின் உணர்வை நிர்ணயிக்கிறது" என்று கூறுகிறார் மார்க்ஸ். அதாவது எவ்வாறு இயற்கையில் பொருள் முதல் எண்ணத்திற்கு காரணமாயிருக்

கின்றதோ, அவ்வாறே சமுதாயத்தில் இருப்புத்தான் அவர்களின் உணர்விற்குக் காரணமாயிருக்கின்றது என்பது பொருள்.

ஒரு குறிப்பிட்ட சமுதாயத்தில் அரசியல் கொள்கைகளும், சட்டக் கொள்கைகளும், சமய, தத்துவார்த்த அரண் முதலியவற்றின் ஒட்டு மொத்தமே சமுதாய உணர்வாகும் என்று மார்க்சிசம் கூறுகிறது. சுருங்கக் கூறின், சமுதாய இருப்பென்பது சமுதாயத்தின் பௌதிக வாழ்க்கையில் உள்ள பல கூட்டான நிலையையும், முரண்பாடு களையும் கொண்டதாய் உள்ளது.

சமுதாயத்தின் முகத்தையும், அமைப்பையும், எண்ணங்களையும் அதன் பல்வேறு நிறுவனங்களையும் நிர்ணயிப்பது சமுதாயத்தின் பௌதிக வாழ்க்கை என்று சரித்ரீய உலகாயத வாதம் கூறுவதைச் சற்று விளக்குவோம்:

சமுதாயத்தின் வாழ்க்கையின் பௌதிக அடித்தளம், உற்பத்தி முறையேயாகும். மனித சமுதாயம் உயிர் வாழ, உணவு, உடை, உறைவிடம் இத்தியாதி அவசியமானவை. இவற்றை மனிதன் உற்பத்தி செய்ய வேண்டும். உற்பத்தி செய்ய உழைப்புச் செயல்களில் ஈடுபடவேண்டும். இச்செயல் முறைகள்தான் சமுதாய பௌதிக வாழ்க்கையின் பிரதான பகுதியாகும். உண்ண உணவின்றி, உடுக்க உடையின்றி, உறங்க இடமின்றி மனிதன் அரசியல், விஞ்ஞானம், கலை, சமயம், போன்ற விஷயங்களில் தன் கவனத்தை எள்ளளவும் செலுத்த முடியாது என்று ஏங்கல்ஸ் கூறுகிறார்.

சுற்றுச் சார்புகளை ஒட்டித்தான் விலங்குகள் உயிர் வாழ வேண்டும். ஆனால் மனிதனோ சுற்றுச் சார்புகளை மாற்றி அமைத்துக் கொள்ளும் சக்தி பெற்றவன். பல கருவிகளையும் ஆயுதங்களையும் தயாரித்துக் கொண்டு மனிதன் தன் சுற்றுச் சார்பை மாற்றுகிறான். ஆனால் இக்கருவிகளும் ஆயுதங்களும் திடீரென்று ஏற்படா. ஒவ்வொரு தலைமுறையும் அதன் வாழ்க்கையைத் தொடங்கும் போது ஏற்கனவே அதன் முன்னோர் எதை விட்டுச் சென்றனரோ, அதிலிருந்துதான் தொடங்க வேண்டும். அதன் அறிவைக் கொண்டு இவற்றை வளர்க்கலாம். சக்கிமுக்கியால் நெருப்பை உற்பத்தி செய்யும் காலத்திலிருந்து ஒரு திடீர்ப் பாய்ச்சலில் அணுவைப் பிளக்கும் காலத்திற்கு வந்துவிட முடியாது. படிப்படியாக மனித அறிவின் வளர்ச்சியும், விஞ்ஞானக் கண்டு பிடிப்புகளும், உற்பத்தி முறையும் நம் முன்னோர் விட்டுச் சென்ற தன் மீதுதான் ஆதாரப்பட்டுள்ளன.

சுருங்கக் கூறின் சமுதாயத்தில் உள்ள உற்பத்தி சக்திகள்தான் சமுதாய வளர்ச்சிக்கு அடித்தளமாக உள்ளன. ஆனால் சமுதாயத்தின் பௌதிக வாழ்க்கை உற்பத்தி சக்திகளால் மட்டும் கட்டுண்டில்லை. சமுதாயத்தில் கூட்டில் வேலை செய்வதும், தொழிலாளிகள் விவசாயிகள் மீதும், விவசாயிகள் தொழிலாளிகள் மீதும் ஆதாரப் பட்டிருப்பதும், சமுதாயமே ஒருவரோடொருவர் உறவு கொண்டாடி இயங்குவதும் இன்றியமையாததாகும். இவ்வாறுள்ள சமுதாயத்தில் உற்பத்தி சக்திகளின் பரிணாம வளர்ச்சியின் விளைவாக உற்பத்தி யாளர்கள் உற்பத்தி சாதனங்களிலிருந்து பிரிக்கப்பட்டு, உற்பத்தி சாதனங்கள் அவர்களிடமிருந்து பறிக்கப்பட்டு ஒரு சிலர் கையில் குவிய, பெரும்பாலோர் தங்கள் உழைப்புச் சக்தியை விற்று, கூலியைப் பெற்று, பிழைக்க வேண்டிய நிலை ஏற்பட்டுள்ளது. இவ்வாறுள்ள நிலை, உற்பத்தி முறைகள் புதிய உற்பத்தி உறவுகளை ஏற்படுத்தி உள்ளன. இது இரு வர்க்கங்களுக்குள்ள உறவாகும். முதலாளித்துவ சமுதாயத்தில் தொழிற்சாலைகள், உற்பத்தி சாதனங் கள் அனைத்தும் முதலாளி வர்க்கத்தின் கையில் இருக்கின்றன. உற்பத்தி உறவுகள், முதலாளிகள் தொழிலாளிகளைச் சுரண்டும் உறவுகளாகக் காட்சி அளிக்கின்றன.

விஞ்ஞானத்தின் விளைவாக உற்பத்தி சக்திகள் வளர, வளர, உற்பத்தி உறவுகள் கடுமையான முரண்பாடாகக் காட்சியளிக்கிறது. வர்க்கப் போராட்டம் இடைவிடாமல் நடைபெற்றுக் கொண்டே இருக்கிறது. முதலாளித்துவ சமுதாயம் இருக்கும் வரை இம் முரண் பாட்டை தீர்க்கவே முடியாது.

முதலாளித்துவ சமுதாயத்தில் அரசியல், சட்டம், தத்துவம், சமயம், அரசு அனைத்தும் உற்பத்தி சக்திகளை அடித்தளமாகக் கொண்டு எழுப்பப்பட்டுள்ள கட்டிடங்களே. எனவே, சமுதாய வாழ்வு, உற்பத்தி முறையால் நிர்ணயிக்கப்படுகிறது. சோஷலிஸ்ட் சமுதாயத்தில் மன்னனாட்சி என்பது எவ்வாறு இராதோ, அவ்வாறே அடிமைச் சமுதாயத்தில் ஜனநாயகம் என்றோ அல்லது வாக்குரிமை என்றோ இருக்க முடியாது. நிலப்பிரப்புத்துவ சமுதாயத்தில் எல்லோரும் ஓர் குலம், எல்லோரும் இந்நாட்டு மன்னர்கள் என்று கனவிலும் நினைக்க முடியாது. அவ்வப்போதுள்ள சமுதாய அமைப்பை ஒட்டித்தான் கருத்தும், கலையும் ஆற்றலும், அரசும் இருந்து வந்துள்ளன. அரண், ஒழுக்கம், நியதி, நியாயம் என்பன போன்றவைகள் எல்லாக் காலத்திலும் மாறாமலிருந்ததில்லை. காலப் போக்கில் மாறின என்பது மட்டுமன்றி, ஒரே காலத்தில் ஒரே சமுதாய அமைப்பில் இருவகையாக இருந்து வந்துள்ளன.

முதலாளித்துவ சமுதாயத்தை எடுத்துக் கொள்வோம். நான் பணம் போட்டேன், இது என் மில், என் தொழிற்சாலை இதை நான் என் இஷ்டம் போல் நடத்துவேன் என்கிறான் முதலாளி. சொத்துரி மையை பேணிக்காப்பதும், முதலாளியின் நலன்களை வலியுறுத்து வதும், சட்டம் அமைதி என்ற பேரால் முதலாளித்துவ வர்க்கத்தின் நலன்களைத் தாங்கிப் பிடிப்பதும், முதலாளித்துவ அரசு அதன் தலையாய கடமைகளாகக் கருதுகிறது.

தொழிலாளி வர்க்கமோ, சுரண்டலை எதிர்த்து நின்று தன் ஜீவாதார உரிமைகளுக்காக போராடுவது, வேலை நிறுத்தங்கள் செய்வது, தொழிற் சங்கங்களை நிறுவிக் கொள்வது, ஒன்றுபட்டுப் போராடுவது, தன் உரிமை நியாயமுங் கூட என்கின்றது. ஆனால் இதைப் போலீசும், அரசும், சட்டமும் மறுக்கின்றன.

எனவே, முதலாளியின் சட்டமும், ஒழுங்கும் முதலாளி வர்க்கத் துக்கு அதன் சொத்துரிமையை பேணிக்காக்கவே உள்ளது. சட்ட மன்றங்களும், உயர்நீதி மன்றங்களும் இத்திருப்பணியைத் தான் ஆற்றி வருகின்றன.

புராதன கம்யூனிஸ்ட் சமுதாயம் நீண்ட நெடுங்காலம் உழைப்பின் காலக் கிரமத்தால் சில பிரத்தியேக் குணங்களைப் பெற்று விலங்கு களில் ஒரு விலங்காக இருந்த காட்டுமிராண்டி மனிதன், மனிதனாகத் திகழத் தொடங்கிய காலத்தில், அவன் அமைத்துக் கொண்ட சமுதாயம், அதாவது சரித்திரப் பூர்வமாக முதன் முதலாக தோன்றிய மனித சமுதாயம் - புராதன கம்யூனிச சமுதாயமாகும்.

இந்தப் புராதன கம்யூனிச சமுதாயத்தின் முதல் கட்டத்தில் தடி, கற்கோடறி, கல், கத்தி முதலியவைகள்தான் மனிதனின் கருவிகளாக இருந்தன. பிறகு வில்லும் அம்பும் தோன்றின. அதற்குப் பின்னர்தான் உழுது பயிரிடத் தொடங்கினான். இயற்கையை எதிர்த்துப் போராட வேண்டியிருந்ததனால், தனித்து நின்று இப்போராட்டத்தை நடத்த இயலாத காரணத்தால் கூட்டாக உழைப்பது, கூட்டு உழைப்பின் பலனை அனுபவிப்பது என்ற அவசியம் ஏற்பட்டது.

தனி உடமை என்பது இல்லாதிருந்தால், மனிதன் மனிதனைச் சுரண்டுவது என்பது கனவிலும் எட்டாததோர் விஷயமாக இருந்தது. உற்பத்திக் கருவிகள், வளர்ச்சி பெறாத காலகட்டமாக இருந்த காரணத்தால், உற்பத்தி தேவையைப் பூர்த்தி செய்யும் அளவிற்குத் தான் இருந்தது. பொது நடவடிக்கைகள் சர்வ சாதாரண நடவடிக்கை களாகத்தான் இருந்தன. இவைகளைக் கூட்டாகச் செய்தனர், அல்லது அச்சமுதாயத்தில் இருந்த அனுபவ சாலிகள் அல்லது பெரியவர்

களுக்கு விடப்பட்டன. இயற்கையைக் கண்டு உண்டான பயம், பக்திக்கும் கடவுள் நம்பிக்கைக்கும் காரணமாயிற்று. காற்று, மழை, நெருப்பு, சூரியன், சந்திரன் முதலியன கடவுள்களாக கருதப்பட்டன. கம்யூன் கட்டுப்பாடு, இனக் கட்டுப்பாடு, பிரதேசக் கட்டுப்பாடு, பழக்க வழக்கங்கள் அனைத்தும் மனிதனை அடிமையாக்கின.

இந்தப் புராதன கம்யூனிஸ்ட் சமுதாயம் அழிவதற்குப் பிரதான காரணம் உற்பத்தி சக்திகளின் வளர்ச்சியேயாகும். காலப் போக்கில் உலோகங்களை உருக்கும் ரகசியத்தை மனிதன் கண்டுபிடித்தான். இக்கண்டுபிடிப்பு, உற்பத்திக் கருவிகளில் புரட்சிகர மாற்றத்தைக் கொண்டு வந்தன. விவசாயம், தழைத்தோங்கி வளர்ந்தது. ஆடு மாடுகளை வளர்த்தது, உற்பத்தியைப் பெருக்க உதவிற்று. உற்பத்தி சக்திகளின் வளர்ச்சி முக்கியமான சமுதாய மாற்றங்களில் கொண்டு வந்துவிட்டது. சமுதாயத்தில் வேலைப் பிரிவினை தோன்றியது. விவசாயம், கால்நடைகளை வளர்ப்பது, கைத்தறி, பிரத்யேக வேலை முறைகளாக பரிணமித்தன. பண்டமாற்றம் தோன்றிற்று. கூட்டு உழைப்பு மறைந்தது. தனி உடமை தோன்றிற்று. தேவையைவிட உற்பத்தி அதிகரித்தது. மனிதன் மனிதனைச் சுரண்டும் முறை தலையெடுத்தது.

உற்பத்திக் கருவிகள் மாறி பெரிய அளவு உற்பத்தி சக்திகள் தோன்றத் தொடங்கின. புராதன கம்யூனிஸ்ட் சமுதாயம், அதாவது சுரண்டலற்ற சமுதாயம் மறைந்தது. அடிமைச் சமுதாயம் தோன்றிற்று.

## அடிமைச் சமுதாயம்

அடிமைச் சமுதாயத்தின் உற்பத்தி உறவுகள் தனி உடமை மீது ஆதாரப்பட்டிருந்தன. தனி உடமை என்பது உற்பத்திச் சாதனங்களை மட்டுமின்றி தொழிலாளர்களையும் அடிமைகளாகக் கொண்டிருந்த தாகும். அந்தச் சகாப்தத்தில் அடிமைகளையும், அவர்கள் உற்பத்தி செய்யும் பொருட்களையும் சொந்தமாகக் கொண்டிருந்ததற்கு காரணம், அன்றிருந்த உற்பத்தி சாதனங்களின் வளர்ச்சியே ஆகும். இவ்வளர்ச்சி சுரண்டலுக்குக் காரணமாயிருந்தது.

ஆனால் இன்று சுரண்டல் என்று கூறும் பதத்திற்கும், அன்று கூறிய சுரண்டலுக்கும் அடிப்படை வித்தியாசமுண்டு. அன்று உற்பத்தி சாதனங்கள் அடைந்திருந்த வளர்ச்சி குறிப்பிட்ட அளவு உற்பத்திக்குத்தான் இடம் கொடுத்தது. ஆகவே அடிமை உயிர் வாழ எவ்வளவு குறைந்தபட்ச உணவும் உடையும் தேவையோ அதைக் கூடக் கொடுக்காமலிருந்ததுதான் சுரண்டலாகும். இன்றோ

உழைப்புச் சக்தி என்ற பண்டத்துக்கு - அதன் மதிப்பிற்கு தகுந்த பண்டம் கொடுக்காததே சுரண்டலாகும்.

ஆகவே, ஏற்கனவே இருந்த புராதன கம்யூனிஸ்ட் சமுதாய அமைப்பிற்கும், அடிமைச் சமுதாய அமைப்புக்கும் உள்ள வித்தியாசம் சமுதாயத்தில் சுரண்டல் என்பது இல்லாதது போய், ஒரு பகுதி சமுதாயம் மற்றொரு பகுதி சமுதாயத்தைச் சுரண்டும் நிலை ஏற்பட்டது. அடிமைச் சொந்தக்காரர்களின் வர்க்கம், அடிமைகளின் வர்க்கம் என்பதாகும்.

அடிமைச் சகாப்தத்தில், அடிமைகள் சொல்லொண்ணாத் துயரங்களுக்கு இரையாக்கப்பட்டனர். அடிமைகள் விடுதலை பெற ஒன்றுபட்டுப் போராடத் துவங்கினர்.

அவர்களை அடக்கி ஆள ஒரு இயந்திரம் தேவைப்பட்டது. இந்த இயந்திரம் தான் அரசாகும். இந்த அரசு அடிமைச் சொந்தக்காரர்களின் சொத்துரிமையைப் பேணிக் காத்தது. இவ்வாறு செயல்பட சிலபல சட்டங்களை இயற்றியது. இச்சட்டங்களை அமுல்படுத்த அடிமைகளை அடக்கி ஆள அரசு ஆவன செய்தது.

எனினும் மனித சமுதாய வளர்ச்சியில் அடிமைச் சமுதாய சகாப்தம் ஒரு முக்கிய மைல் கல்லாகும். சமுதாய உழைப்புப் பிரிவினை பரிணாம வளர்ச்சி அடைந்து ஒரு உயர்ந்த கட்டத்தை அடைந்தது - விவசாயத் தொழில், நகரத் தொழில்கள், நகரத் தொழில்களிலேயே பல்வேறு கிளைகள், உழைப்புப் பிரிவினைத் திறன் அபிவிருத்தியில் கொண்டு சென்றது. கருவிகள் அபிவிருத்தி அடைந்தன. தொழிலாளர்கள் திறனை அதிகரித்துக் கொண்டனர்.

விவசாயத்திலும் உற்பத்திப் பிரிவினை ஏற்பட்டது. உழவுக் கருவி ஏர் மேலும் வளர்ச்சி அடைந்தது. இரும்பு அரிவாள் தயாரிக்கப்பட்டது. பழ வகைகள், கறிகாய் வகைகள் பயிர் செய்யப்பட்டன. மனிதனின் கருத்தும் கரமும் வளர, கால்நடை பிராணிகளை மேலும் மேலும் மனிதன் உற்பத்தியில் ஈடுபடுத்துவதாயிற்று.

லட்சக்கணக்கான அடிமைகளின் உழைப்பைப் பயன்படுத்தி, பெரிய அணைக்கட்டுகளும், நீர்ப் பாசனத் திட்டங்களும், நெடுஞ் சாலைகளும், திரை கடலோடும் கப்பல்களும், பெரிய நகரங்களையும் கட்ட முடிந்தன. எனவே, சமுதாயத்தின் பெரும்பகுதி மக்கள் வாயில்லாப் பூச்சிகளாக இருந்து உண்ண உணவும், உடுக்க உடையும் இன்றி, நெற்றி வியர்வை நிலத்தில் சொட்ட, அரும்பாடுபட்டு எதிர்கால மனித சமுதாயம் வாழ்வாங்கு வாழ விஞ்ஞானத்திற்கும், கலைக்கும் அடித்தளமிட்டனர்.

ஆனால் அடிமைச் சமுதாய உற்பத்தி முறைகளின் வளர்ச்சி காலப் போக்கில் இனி வளரமுடியாது என்ற கட்டத்தை அடைந்து விட்டது. உற்பத்தி உறவு முறைகள், உற்பத்தி சாதனங்களின் வளர்ச்சிக்கு முட்டுக் கட்டையாகவும், விலங்காகவும் மாறின. அடிமைகளின் உழைப்பு தங்களுக்குச் சொந்தமாக இருந்ததால், உழைப்புக் கருவிகளின் அபிவிருத்தியில் அக்கருவிகளின் சொந்தக்காரர்கள் கவனம் செலுத்தவில்லை. நுட்பமான விலை உயர்ந்த கருவிகளை அடிமைகளை நம்பி அவர்களிடம் கொடுப்பதற்கு தயாராக இல்லை. அடிமைகளோ தங்கள் உற்பத்தியில் எவ்வித உற்சாகமும் காட்ட இடமில்லை. எனவே அம்முரண்பாடுகள் இச்சமுதாயத்தையே அழித்தன. சமுதாயப் புரட்சி ஏற்பட்டது. அடிமைகள் தலைமை தாங்கினர். அடிமைச் சமுதாயம் தகர்த்தெறியப்பட்டது. இதன் சாம்பலின் மீது புதியதோர் சமுதாயம் ஏற்பட்டது. இப்புதிய சமுதாயம் தான் நிலப் பிரவுத்துவ சமுதாயமாகும்.

## நிலப்பிரபுத்துவ சமுதாயம்

நிலப் பிரபுக்கள் ஏராளமான நிலச் சொந்தக்காரர்களாக இருப்பதும், நிலமில்லா விவசாயிகள் நிலப்பிரபுகளுக்கு சாகுபடி செய்வதும் ஊதியம் பெற்று உயிர்வாழ்வதும் நிலப்பிரபுத்துவ சமுதாயத்தின் அச்சாணியாகும். பழைய சமுதாயத்தின் அடிமைத் தனம் தகர்ந்தொழிந்தது. ஆனால் புதிய அடிமை முறை ஏற்பட்டது.

நிலப்பிரபுத்துவ சமுதாயத்தில் விவசாயிகளும் கைத்தொழிலாளர் களும் ஓரளவு தனியுடமையாளர்களாக காட்சியளிக்கின்றனர். விவசாயி தன் நிலப்பிரபுவுக்குச் செலுத்த வேண்டியதைச் செலுத்திய பின் மிச்சமுள்ளதை அவன் வைத்துக் கொள்ளலாம். ஆனால் இந்த உரிமை அடிமைச் சமுதாயத்தில் இல்லை. கைத்தொழிலாளர்களுக்கு கருவிகள் அவர்களுக்கே சொந்தமாக இருந்தது. அவ்வாறே அவர்கள் தயாரிக்கும் பொருள்களும் அவர்களுக்கே சொந்தம்.

இந்தப் புதிய உற்பத்தி உறவுகள் உற்பத்தி சக்திகள் வளர காரணமாக இருந்தன.

விவசாயக் கருவிகளும் நல்ல முறையில் வளரத் தொடங்கின. பாத்திரங்கள், ஆயுதங்கள், யுத்தக் கருவிகள் உற்பத்தி செய்யப் பட்டன. இவ்வாறு உற்பத்தியும், வியாபாரமும் நகரங்கள் தோன்றக் காரணமாயிருந்தன. நாளடைவில் இந் நகரங்கள் கலைக்கும், அரசியலுக்கும் கேந்திர இடங்களாயின. எதிர்காலத்தில் முதலாளித் துவ உற்பத்தி முறை தோன்ற இந்நகரங்கள் கருவிகளாக இருந்தன.

நிலப்பிரபுத்துவ சமுதாய சகாப்தத்தில் பல்வேறு கண்டு பிடிப்புகள் மனித சரித்திரத்தின் திசையைப் பெரிதும் இயக்கின. வார்ப்பிரும்பிலிருந்து தேனிரும்பு கண்டுபிடிக்கப்பட்டது. நீண்ட நெடுந்தூரம் செல்லக்கூடிய கப்பல்களைக் கட்ட ஓடக் கட்டை கண்டு பிடிக்கப்பட்டது. மூக்குக் கண்ணாடி, தொலை நோக்கி (கருவி), காம்பஸ், வெடிமருந்து, காகிதம், புத்தகங்ளை பைண்டு செய்வது, கடிகாரம் கண்டுபிடிக்கப்பட்டன. காற்றின் பலத்தினால் இயக்கப் படும் இயந்திரங்கள், கப்பல்கள், நீர்வீழ்ச்சியினால் இயக்கப்படும் இயந்திரங்கள் முதலியன நிலப்பிரபுத்துவ சமுதாயத்தின் பிரதான இயந்திரங்களாகக் காட்சி அளிக்கின்றன.

அடிமைச் சமுதாய உற்பத்தி உறவுகள் மாறி, நிலப்பிரபுத்துவ சமுதாய உற்பத்தி உறவுகள் சமுதாயத்தின் அனைத்து வாழ்க்கை யையும் மாற்றின.

முக்கியமான மாற்றம் வர்க்க அமைப்பேயாகும். நிலப் பிரபுக் கள், நிலத்தின் சொந்தக்காரர்கள் ஆளவந்த வர்க்கமாயினர். நிலப் பிரபுத்துவ சமுதாயத்தின் மற்றொரு வர்க்கம் பண்ணையாளேயாகும். இவ்விரு வர்க்கங்களுக்கிடையே இடைவிடாது வர்க்கப் போராட் டம் நடைபெற்றுக் கொண்டேயிருந்தது. அடிமைகளை விட பண்ணை ஆட்கள் ஒருபடி உயர்ந்த நிலையில் இருந்தனர் என்பதில் ஐயமில்லை. ஆனால், நிலப் பிரபுத்துவ சமுதாயத்தில் சுரண்டல் மிகக் கொடியதாயிருந்தது.

அடிமை சமுதாயத்துடன் ஒப்பிட்டுப் பார்க்குமிடத்து, நிலப் பிரபுத்துவ சமுதாயத்தில் வர்க்கப் போராட்டம் உயர்ந்த கட்டத்தை அடைந்திருந்தது. பண்ணையாட்களின் போராட்டங்களை, நிலப் பிரபுத்துவ அரசு ஈவு இரக்கமின்றி அடக்கு முறையில் நசுக்கிற்று. ஆனால் காலப் போக்கில் வர்க்கப் போராட்டம் வலுவடைந்தது. நகர்ப் புறங்களில் தோன்றிய இளம் பூர்ஷ்வா வர்க்கம் நிலப் பிரபுத்துவ் சமுதாயத்தை ஒழித்தால் ஒழிய தாங்கள் வளர்வது கடினம் என்பதை தெளிவாகப் பார்த்தது. எனவே, பண்ணை ஆட்களின் விடுதலை வீரர்களாக இந்த இளம் பூர்ஷ்வா வர்க்கம் முன்வந்தது. விவசாயிகளையும் பண்ணை ஆட்களையும் கிளப்பி, நிலப் பிரபுத்வ அரசை வீழ்த்த ‘சுதந்திரம்’ ‘சமத்துவம்’ ‘சகோதரத்துவம்’ என்ற கோஷங்களைத் தந்து பூர்ஷ்வா புரட்சிக்கு அடிகோலியது. பூர்ஷ்வா புரட்சி வெற்றி பெற்றது. நிலப் பிரபுத்துவ சமுதாயம் தகர்த்தெறியப் பட்டது. இதன் சாம்பலின் மீது பூர்ஷ்வா சமுதாயமும், பூர்ஷ்வா அரசும் ஏற்பட்டன.

## முதலாளித்வ சமுதாய அமைப்பு

முதலாளித்துவ உற்பத்தி உறவு தனி உடமை மீது ஆதாரப் பட்டுள்ளன. முதலாளி வர்க்கத்தின் கையில் உற்பத்திச் சாதனங்கள் அனைத்தும் குவிந்து கிடக்கின்றன. முதலாளி வர்க்கம் தொழிலாளி வர்க்கத்தைச் சுரண்டுகின்றது. தொழிலாளி வர்க்கம் வேறு வழியின்றி தங்கள் உழைப்புச் சக்தியை கூலிக்கு விற்க வேண்டிய நிலையில் உள்ளது.

முதலாளித்துவ உற்பத்தி உறவுகள், உற்பத்தி சக்திகள் பெரிய அளவு வளர சந்தர்ப்பங்களை அளித்தன. நீராவி, மின்சாரம் போன்ற சக்திகளைப் பயன்படுத்தி பூதாகரமான மில்களையும், பாக்டரி களையும் கட்ட விஞ்ஞான வளர்ச்சி பேருதவி புரிந்தது; முதலாளித் துவம் உலக மார்க்கெட்டையும், உலகப் பொருளாதார அமைப்பை யும் ஏற்படுத்தி உள்ளது.

உற்பத்தி முறைகளில் ஏற்படும் மாற்றங்கள் சமுதாய வாழ்க்கை யில் ஏற்படும் மாற்றங்களாகக் காட்சி அளிக்கின்றன.

முதலாளி வர்க்கமும், தொழிலாளி வர்க்கமும் சேர்ந்துதான் சமுதாயமாகும். இவ்விரு வர்க்கங்களுக்கிடையே நடைபெறும் வர்க்கப் போராட்டம் சமுதாயத்தின் பிரதான இயங்கும் சக்தியாக பரிணமிக்கிறது. இந்தச் சமுதாயம் நவீன சமுதாயம் என்றும் அழைக்கப்படுகிறது, விஞ்ஞான வளர்ச்சி எல்லையில்லாது வளர்ந் துள்ளது. கலை, நாகரீகம் உச்ச கட்டத்தினை அடைந்திருப்பதன் காரணத்தால், மனித சமுதாயம் இதைவிட நல்லதோர் சமுதாயத்தைச் சமைக்க முடியாது; இதுதான் மனித அறிவின் உச்சக் கட்டம் என்றெல்லாம் “பிலிஸ்டைன்ஸ்” (பண்பற்றவர்கள்) ஓயாமல் ஓல மிட்டு வருகிறார்கள். இவர்கள் வாதத்தை நிரூபிக்க ஜனநாயகத்தைப் பற்றியும், குடியரசைப் பற்றியும் மனிதன் வாக்குரிமையினால் எல்லா சுதந்திரத்தையும் பெற்றுள்ளான் என்றும் இவ்வாறு சுதந்திரத்தை மனிதன் எக்காலத்திலும் பெறாததால், இதுவே சொர்க்கலோகம் என்றும் சித்தரிக்கின்றனர்.

உண்மையோ இதற்கு நேர்மாறதானது. அடிமைச் சமுதாயத் திலும், நிலப் பிரபுத்துவ சமுதாயத்திலும் மனிதன் உரிமையற்று வாழ்ந்தான் என்பதில் சந்தேகமில்லை. ஆனால், பூர்ஷ்வா சமுதாயத் தில் மனிதன் பொருளாதாரத் துறையில் அடிமையாகத்தான் வாழ்ந்து வருகிறான். இச்சமுதாயத்தில் செல்வந்தர்கள் கையில் செல்வம் மேலும் மேலும் குவிய, ஏழை எளிய தொழிலாளிகளோ ஓட்டாண்டி களாக வேலையின்றி, உணவின்றி, உடையின்றி, உறங்க இடமின்றி

கேடுகெட்ட மானிடர்களாக மண்ணில் மறையும் வரை மாக்களாக உலவி வருகின்றனர். இந்தப் பொருளாதார அடித்தளத்தின் மீது கிளப்பப்பட்டுள்ள கலை, நாகரீகம், பண்பாடு, ஸ்தாபனங்கள், அரசியல் அதிகாரம், ஜனநாயகம், குடியரசு இவை அத்தனையுமே செல்வந்தர்கள் நலனையும், சொத்துரிமையையும், அரசியல் அதிகாரத்தையும் பேணிக் காப்பவையேயாகும். பிரெஞ்சு நாட்டின் தலைசிறந்த எழுத்தாளர் அன்டோல் பிரான்சு கூறுகிறார்:

“நமது கம்பீரமான சட்டம் எள்ளளவும் பாரபட்சமின்றி எல்லோரையும் சரி சமமாகப் பார்க்கின்றது. அரசனானாலும் சரி, ஆண்டியானாலும் சரி தெருக்களில் பிச்சை எடுக்கலாகாது, நடைபாதையில் உறங்கலாகாது; என்ன மகத்தான மறுக்க முடியாத நியாயம்!”

சரித்திரமும் வாழ்க்கையும் இச்சமுதாயம் எப்படி சாக்கடை சமுதாயம் என்பதை நிரூபித்து விட்டன. கோடிக்கணக்கான மக்கள் பசி, பட்டினி, வேலையில்லாத் திண்டாட்டம் என்று வாட, ஒரு சிலர் ஏகபோக முதலாளிகள், ஏகாதிபத்தியவாதிகள் ராஜபோகத்துடன் வாழும் சமுதாயம் அழிந்தே தீரும். அதை அழிக்கும் சக்தி, இச்சமுதாயத்திற்கு சாவு மணியடிக்கும் சக்தி, இச்சமுதாயத்திற்கு சவக்குழி தோண்டும் சக்தி, இச்சமுதாயத்திலேயே உள்ளது என்பதை மனித சரித்திரம் நிரூபித்து விட்டது. இதுதான் புரட்சி செய்யும் தொழிலாளி வர்க்கம்!

இப்புரட்சிகர தொழிலாளர் வர்க்கம் இச்சமுதாயத்தைக் கொளுத்திச் சாம்பலாக்கி, அச்சாம்பலின் மீது புதியதோர் சமுதாயத்தைச் சமைக்கின்றது. இப்புதிய சமுதாயந்தான் சோஷலிஸ்ட் அல்லது கம்யூனிஸ்ட் சமுதாயமாகும்.

## சோஷலிஸ்ட் சமுதாய அமைப்பு

சோஷலிஸ்ட் உற்பத்தி முறையில் உற்பத்திச் சாதனங்கள் அனைத்தும் சமுதாயத்திற்குச் சொந்தமாக்கப்பட்டுள்ளது. தனியுடமை கடிந்தொழிந்து, எல்லாச் சொத்தும் பொது உடமையாக்கப்படுகிறது. மில், பாக்டரிகள், சுரங்கங்கள், ரயில், கப்பல்கள் விமானங்கள், பாங்குகள், வியாபாரம், சுருங்கக்கூறின் அனைத்துமே அனைவர்களின் சொத்தாக்கப்படுகிறது. வர்க்க பேதங்கள் அழிக்கப்பட்டு சமுதாயம் அனைத்துமே உழைக்கும் வர்க்கமாக மாற்றப்படுகிறது. உழைப்போர் உடைமையாளர்களாக மாறிஉள்ளதின் விளைவாக, உற்பத்தி சாதனங்களும், உற்பத்தியும் பூதாகரமாக வளர்கின்றன. மனிதன் மனிதனாக இச்சமுதாயத்தில் திகழத்தொடங்குகிறான்.

எண்ணியது எண்ணியாங்கு எய்துவர். எண்ணிய இவர்கள் திண்ணியரானபடியால் பெற்றே தீருகிறார்கள்! எனவே மனித சரித்திரம் அதாவது, எழுதப்பட்ட மனித சரித்திரமானது வர்க்கப் போராட்ட சரித்திரமாக இருந்து வந்துள்ளது.

தர்க்க இயல் பொருள் முதல் வாதிகள் சரித்திரத்தை எவ்வாறு பார்க்கின்றனர் என்பதை மார்க்ஸ் அவருடைய அரிய நூலாகிய "ஏ கான்டரிபூஷன் டு தி கிரிடிக் ஆப் பொலிடிகல் எகனாமி" *(A Contribution to the Critic of Political Economy)* க்கு எழுதிய முகவுரையில் பின்வருமாறு எழுதி உள்ளார்:

"மனிதர் தங்கள் வாழ்க்கையில் சமுதாய உற்பத்தியில் ஈடுபடுவது குறிப்பிட்ட உறவின் அடிப்படையிலேயே ஆகும். இந்த உறவு தவிர்க்க முடியாததும், அவர்கள் இஷ்டத்தின் மீதல்ல ஆதாரப் பட்டுள்ளது. இவ்வுற்பத்தி உறவுகள் உள்ளபடியே உள்ள உற்பத்தி சக்திகளின் வளர்ச்சியில் குறிப்பிட்ட காலகட்டத்திற்குச் சம்பந்தப் பட்டதாகத்தான் உள்ளன. இவ்வாறு உள்ள உற்பத்தி உறவுகளின் ஒட்டு மொத்தம் சமுதாயப் பொருளாதார அமைப்பாகக் காட்சி அளிக்கின்றது. இந்த உண்மையான அடித்தளத்தின் மீதுதான் சட்ட அரசியல் கட்டடங்கள் எழுப்பப்படுகின்றன. இவை சமுதாய உணர்வின் குறிப்பிட்ட வடிவத்தைப் பிரதிபலிக்கின்றன. உலக வாழ்க்கைக்கு உகந்த பொருட்களை உற்பத்தி செய்யும் முறை சமுதாய அரசியல் வாழ்க்கையையும், பொதுவில் அறிவுடன் வாழ்க்கையையும் நிர்ணயிக்கின்றன. மனிதர்களின் உணர்வல்ல அவர்களின் சமுதாய வாழ்வை நிர்ணயிப்பது; மாறாக அவர்களின் சமுதாய வாழ்வுதான் அவர்களின் உணர்வை நிர்ணயிக்கின்றது. சமுதாயத்தில் உள்ள யதார்த்த உற்பத்தி சக்திகள் பரிணாம வளர்ச்சி யில், குறிப்பிட்ட கால கட்டத்தில் அன்றுள்ள உற்பத்தி உறவுகளுக்கு மாறுபட்டு நிற்கின்றன. அதாவது - சட்ட அகராதியில் கூறினால் - அதுவரை வேலை செய்து வந்துள்ள உறவுகளுக்கு முரண்பட்டு நிற்கின்றன. உற்பத்தி சக்தி வளர்ச்சியின் வடிவங்களாக இருந்து வந்தது போய், இவ்வுறவுகள் விலங்குகளாக மாறுகின்றன. சமுதாயப் புரட்சியின் சகாப்தம் ஆரம்பமாகின்றது. பொருளாதார அடித்தளம் மாற, மேல் கிளப்பப்பட்டுள்ள பிரம்மாண்டமான அமைப்புகள் அனைத்தும் ஏறத்தாழ விரைவில் மாற்றப் படுகின்றன."

இப்பொன் மொழிகள் எவ்வாறு நூற்றுக்கு நூறு உண்மை என்பதை மனித சரித்திமே நிரூபித்துள்ளது.

# சரித்திரீய உலகாயதவாதம் (ஆ)

## சரித்திரத்தின் விதிகளும் மனித செயல்முறையும்

சரித்ரீய நிர்ப்பந்தத்துக் கிணங்கி மனித சமுதாய வளர்ச்சி நியதிகளுக்கு உட்பட்ட இயல் வளர்ச்சியேயாகும். சமுதாய அறிவியலின் மிக முக்கியமான நோக்கம் - அதாவது சமுதாய நலன் களுக்காக புற நியதிகளைப் பயன்படுத்துதலிற்கு அத்தியதாவசிய மான தேவை, இந்த அவசியத்தின் இயற்கை மரபைக் கண்டு பிடிப்பதேயாகும். சுருங்கக் கூறின், சரித்திர வளர்ச்சியன் நியதிகளைக் கண்டுபிடிப்பதும், அவை எவ்வாறு இயங்குகின்றன என்பதையும் உணர்வதுமேயாகும்.

ஆதி முதலிலேயே ஒரு விஷயத்தைக் கூறலாம். அதாவது சரித்திர வளர்ச்சி சில நியதிகளுக்கு உட்பட்ட இயல் வளர்ச்சி என்ற மார்க்ஸீயக் கண்ணோட்டம், தற்செயல் சம்பவங்களின் குவியல் தான் சரித்திரம் என்ற கண்ணோட்டங் கொண்ட அக உணர்வுச் சார்பாளர் கூறுவதற்கு நேர் முரண்பட்டதாகும். "எல்லாம் தெய்வச் செயல்" என்று கூறும் விதி வசம் நம்பிக்கைக் கொள்கைக்கும் நேர்மாறானதாகும். உணர்வுடன் இயங்கும் மனித செயல் சமுதாய வளர்ச்சியின் போக்கை மாற்ற சக்தி வாய்ந்தது என்பதனை மார்க்ஸீய வாதிகள் எவ்வித சந்தேகத்துக்கும் இடமில்லாமல் கூறுகிறார்கள்.

விதிவசம் என்ற நம்பிக்கை உள்ளவர்கள் பார்ப்பதற்கு நேர் முரண்பட்டது, பொருள்முதல் வாதிகள் சரித்திரத்தைப் பார்ப்பது, சமுதாய வளர்ச்சியின் விதிகள் தானே இயங்குகிறவை அல்ல. இந்நியதிகளே மனித நடவடிக்கைகளால் ஏற்பட்டனவே தவிர, ஏதோ அதீத சக்திகளால் சிருஷ்டித்தவை அல்ல: மனிதனால் ஏற்பட்ட இந்நியதிகள் எதிர்கால மனித நடவடிக்கைகளுக்குத் திசை வழி காண்பிக்கும், நிர்ணயிக்கும் சக்தியாக விளங்குகின்றன.

சரித்திர ரீதியான கட்டாயம் என்ற மார்க்சீய வாதிகள் கூறுவதை சந்தர்ப்ப வாதிகள் வேறு விதத்தில் திரித்துக் கூறுவதையும் நாம் காணலாம். அதாவது, சோஷலிசம் சரித்திர ரீதியான கட்டாய மாதலால், அதற்காக மனிதன் பாடுபடவேண்டிய அவசியமில்லை; மாறாக முதலாளித்துவ முரண்பாடுகளே, சரித்திரத்தின் விதிகளால், சோஷலிசத்தைக் கொண்டு வந்துவிடும் என்பதேயாகும்.

இவ்வாறு கூறுவது முற்றிலும் அர்த்தமற்றதாகும். சரித்திரத்தின் விதிகள் மனிதர்கள் இல்லாமலேயே, தானாக சரித்திரத்தை உண்டாக்குவதில்லை. அவை சரித்திரத்தின் திசை வழியை மனிதர்கள் செயலால் எடுத்துக் காண்பிக்கின்றன. கோடானு கோடி மக்களின் உணர்வுப் பூர்வமான செயல் முறையே சரித்திரமாகும்.

சமுதாய நியதிகளைத் தர்க்க இயல் முறையில் மார்க்சிஸம் லெனினிஸம் பார்ப்பதால், குறிப்பிட்ட சமுதாய உறவுகள், எவ்வாறு வளர வேண்டும் என்பதனை நிர்ணயிக்கக் கூடிய சக்தியாக இந்நியதிகள் இருக்கின்றன என்பதனை மார்க்சிசம் - லெனினிஸம் எடுத்துச் சொல்ல இயலுகின்றது.

எனவே, முதலாளித்துவம் கட்டாயமாக ஒழிக்கப்பட்டு, சோஷலிஸம் தோன்றும் என்று மார்க்சீய வாதிகள் கூறுவதன் பொருள் இது தான்: முதலாளித்துவத்தின் புற நியதிகள் பொருளாதார அரசியல் முரண்பாடுகளைத் தீவிரப்படுத்தும் என்றும் இவை தொழிலாளி வர்க்கம் முதலாளித்துவத்தை எதிர்த்து நடத்தும் போராட்டத்தை தீவிரப்படுத்தும் என்றும், இப்போராட்டம் முதலாளித்துவத்தை வீழ்த்தி சோஷலிசத்தை நிறுவும் என்பதுதான். தொழிலாளி வர்க்கத்தின் போராட்டம் சரித்திர ரீதியான கடமை, தவிர்க்க முடியாதது என்பது உண்மை. ஆனால் இப்போராட்டத்தின் வெற்றி, குறிப்பிட்ட காலத்தில் பல சூழ்நிலைகளால் நிர்ணயிக்கப் படுகின்றது - தொழிலாளி வர்க்கத்தின் வர்க்க உணர்வு, அதன் ஸ்தாபன பலம், அது எந்த அளவு கம்யூனிஸ்ட் கட்சியின் தலைமையின் கீழ் வந்துள்ளது என்பது, கம்யூனிஸ்ட் கட்சியின் போர்த் தந்திரம், பூர்ஷுவா சர்க்காரின் நடைமுறை, இத்யாதி. இவற்றில் சில வெற்றியை துரிதப்படுத்தலாம். சில அதற்கு எதிராகவும் இருக்கலாம். ஆனால் இறுதியில் தொழிலாளி வர்க்கத்தின் வெற்றி திண்ணம். சோஷலிசத்தின் வெற்றி தவிர்க்க முடியாததே! ஆகவே கம்யூனிஸ்ட் கட்சி, தொழிலாளி வர்க்கத்தின் வர்க்க, அரசியல் உணர்வை வளர்த்து, வெற்றியை துரிதப்படுத்து வதன் மூலம், புதிய சமுதாயம் பிறப்பிப்பதை துரிதப்படுத்துகிறது.

உணர்வுப் பூர்வமான நடவடிக்கைகளில் மனிதர்கள் ஈடுபடுவது சமுதாயத்தில் உள்ள கருத்துகளின் மீது ஆதாரப்பட்டுள்ளது. மூடப் பழக்க வழக்கங்கள், கடவுள் நம்பிக்கை சமய வழிபாடு முதலியன சமுதாயத்தில் மேலோங்கி நிற்கும் கருத்துகளாக இருக்கும் வரை, தொழிலாளி வர்க்கம் தன் விடுதலைக்காக போராடுவது கடினமே! ஆனால் எந்த அளவுக்கு பகுத்தறிவு வளர்கின்றதோ, எந்த அளவுக்கு விஞ்ஞான அறிவு வளர்கின்றதோ, அந்த அளவிற்கு தொழிலாளி வர்க்கம் புதிய சமுதாயத்தை சமைப்பதில் உறுதியாக ஈடுபடும் என்பதில் சந்தேகமில்லை.

கருத்துகள் மட்டும் சமுதாயத்தை மாற்றிவிடா! புரட்சிகர கருத்துகள் மக்கள் உள்ளத்தை கவரவேண்டும். அப்பொழுதான் அது ஒரு பௌதிக சக்தியாக மாறுகின்றன என மார்க்ஸ் கூறுகிறார்.

சோஷலிசம் தோன்றுவதற்கு முன்னர் ஏற்பட்ட எல்லா சமுதாய அமைப்புகளிலும் புறநியதிகள் தன்னியலார்ந்த முறையில் இயங்கி வந்தன. அவை குருட்டுத்தனமான கட்டாயமாக இருந்து வந்ததால் மக்கள் எண்ணத்தில் தெய்வீகத் தன்மை கொண்டதாக இருக்க வேண்டும். அவைகளை எதிர்த்து ஒன்றும் செய்ய முடியாது என்று ஏற்பட்டது. உற்பத்தி சாதனங்கள் தனி உடமையாக இருந்ததால், சமுதாயத்திற்கு உற்பத்தியை நிர்ணயிருக்கும் சக்தி இல்லாமை யினால், மக்கள் பொருளாதார வாழ்க்கையை நிர்ணயிக்கும் சக்தி இல்லாதவர்களாகப் போயினர். இதன் காரணமாக மூட நம்பிக்கை, கடவுள் வழிபாடு தழைத் தோங்கின. எனையாளும் ஈசன் செயல் என்றும், தலையெழுத்து என்றும், பூர்வ காலத்தின் பூஜா பலன் என்றும், முட்ட முட்டப் பஞ்சேயானாலும் பாரம் அவனுக்குத் தான் என்றும் எண்ணி எண்ணி ஏங்கி வந்த காலங்கள் அவை.

ஆனால் புரட்சிகள் தோன்றும் தருவாயில் கடவுள், கட்டளை களை மனிதன் ஏற்கவில்லை என்பது சரித்திரமாகும். பிரெஞ்சு புரட்சி ஏற்பட்ட சமயத்தில் பகுத்தறிவு வானைப் பிளந்து, வஞ்சகம் செய்து வந்த கடவுளை வையகத்தில் கொண்டு வந்து நிறுத்தியது.

தொழிலாளி வர்க்கம் தான் சரித்திரத்திலேயே முதல் பெரும் பகுத்தறிவு வர்க்கமாகக் காட்சியளிக்கிறது. விதியை வென்று மதியைக் கொண்டு மனிதன் வாழப்பிறந்தவனாக, வாழ்வாங்கு வாழவேண்டும் என்று செயல்புரியத் தொடங்கிற்று.

முதலாளித்துவம் ஏற்பட்ட பிறகு, தொழிலாளி வர்க்கம் சரித்திரத்தின் நியதிகளை உணர்வுப் பூர்வமாக அறிந்து, விஞ்ஞான தத்துவத்தைப் பின்பற்றி, தனது அரசியல் கட்சியாகிய கம்யூனிஸ்ட்

கட்சியின் தலைமையில் இயங்கத் தொடங்கி, இச்சமுதாயத்தையே தலைகுப்புறக் கவிழ்த்து, சுரண்டலை ஒழித்து புதியதோர் சமுதாயத்தை - சோஷலிஸ்ட் சமுதாயத்தை நிறுவ முன்வந்துள்ளது. அதன் இறுதி வெற்றி திண்ணம். உலகெங்கும் கம்யூனிசம் வளர்ந்து மனிதனை மனிதனாக திகழவைக்கும் காலம் நெருங்கிவிட்டது.

சமுதாய நியதிகளை உள்ளபடியே அடக்கியாளும் சகாப்தம் சோஷலிசம் மலர்ந்த பிறகுதான் ஆரம்பமாகிறது. ஏனெனில் உற்பத்தி சாதனங்கள் அனைத்துமே சமுதாயச் சொத்தான பிறகுதான் சமுதாய உற்பத்தியை கட்டுப்படுத்த முடிகின்றது. அப்பொழுது தான் திட்டமிட்ட பொருளாதார அமைப்பு நிறுவப்படுகின்றது. துரிதமான வளர்ச்சிக்கு திட்டமிடப்படுகின்றது. சமுதாய வாழ்க்கையின் அஸ்திவாரமாகிய உற்பத்தி திட்டமிட்ட வகையில் நடைபெறுவதால், சமுதாய உறவுகள் திட்டமிடப்படுகின்றன; மக்களின் கூட்டு அறிவினால் நிர்ணயிக்கப்படுகின்றன.

சமுதாய நியதிகளை மனித உணர்வு நிலை கட்டுப்படுத்துகின்றது என்றால், அவைகளின் புறநிலைத் தன்மைகளை அழித்து விடுகின்றது என்பதல்ல. அவைகளின் அனைத்துத் தன்மைகளை உணர்ந்து, புறநிலையைக் கணக்கிலெடுத்துக் கொண்டு, எண்ணிய எண்ணியாங்கு தவறாமற் பெற வழிகோலுகிறது. இயற்கை விதிகள் எவ்வாறோ அவ்வாறே சமுதாய நியதிகளும்கூட; இயற்கை விதிகளை மனிதன் மாற்ற முடியாது. ஆனால் அவ்விதிகள் யாவை? எவ்வாறு செயல்படுகின்றன? என்பதை மனிதன் உணர்ந்தால் அவ்விதிகளை தன் நலனுக்காகப் பயன்படுத்திக் கொள்ள முடியும். அவ்வாறே சமுதாய நியதிகளை மனிதன் கசடறக் கற்றால், அந்நியதிகளைத் தன் குறிக்கோளாகிய சுரண்டலற்ற சமுதாயத்தைச் சமைக்க பயன்படுத்திக் கொள்ள முடியும் என்பதேயாகும்.

முதலாளித்துவ சமுதாயத்தில் நெருக்கடி, உற்பத்தியில் அராஜகம் போன்றவை மலிந்து கிடக்கின்றன. இவைகளை அறவே ஒழிக்கத் திட்டமிட்ட பொருளாதாரம் - அதாவது சோஷலிச உற்பத்தி முறைகள் உதவுகின்றன.

சுருங்கக் கூறின், சரித்ரீய உலகாயதவாதம் என்றால், சமுதாய பரிணாம வளர்ச்சியின் பொதுப்படையான நியதிகள் என்பதேயாகும். இவைகளை உணர்தல், இவைகளைத் திட்டமிட்ட சமுதாயத்தை அடையப் பயன்படுத்துதல், மனிதனுடைய சக்திக்கு அப்பாற்பட்ட தல்ல என்பதை சரித்ரீய உலகாயத வாதம் எடுத்துக் காண்பிக்கிறது.

எனவே, கம்யூனிஸத்தை அடைய, சுரண்டலற்ற, வர்க்க பேதமற்ற சமுதாயத்தைச் சமைக்க சரித்ரீய உலகாயதவாதம் இன்றியமையாத தாகும் இதன் மூலம்தான் லெனின் தலைமையில் மாபெரும் அக்டோபர் புரட்சி வெற்றி பெற்றது. சார் மன்னனாட்சி சடசட வென்று முறிந்தது. புதிய உலகம் மலர்ந்தது. மனிதன் மனிதனாகக் திகழத் தொடங்கினான். வாழ்வாங்கு வாழத் தொடங்கினான்.

# சரித்திரீய உலகாயதவாதம் (இ)

## வர்க்கப் போராட்டமும் - அரசும்

புரட்சியும், பிற்போக்கு வெற்றி பெறுவதும், அதிதீவிர முன்னேற்றமும், ஸ்தம்பிப்பும், சமாதானமும், யுத்தமும் மாறி மாறி வருவதுதான். சரித்திரம். தற்செயலாக ஏதோ நிகழ்ந்து கொண்டிருக் கின்றது அல்லது கடவுள் நினைப்பது போல் ஆகின்றது என்று இருந்த எண்ணங்களுக்கு நேர்மாறாக, சரித்திரம் குறிப்பிட்ட சில விதிகளின் படிதான் இயங்குகிறது என்பதையும், இவ்விதிதான் வர்க்கப் போராட்டத்தின் கோட்பாடு என்பதனை முதன் முதலாக மார்க்சிசம்தான் எடுத்துரைக்கின்றது.

இந்த விதியின் அடிப்படையில்தான் சரித்திரத்தைப் புரிந்து கொள்ள முடியும். ஏற்படும் மாற்றங்களை உணர முடியும். முக்கிய நிகழ்ச்சிகளை வருமுன்னர் சொல்ல முடியும். இது ஜோஸ்யம் அல்ல. ஆறும் நான்கும் கூட்டினால் பத்து என்று எவ்வாறு சொல்ல முடியுமோ, அவ்வாறு மார்க்ஸிசம் விஞ்ஞான அடிப்படையில் சரித்திரத்தின் திசை வழியையும் முறையையும் கூற முடியும். ஆகவே இந்தக் கோட்பாடு தொழிலாளி வர்க்கத்துக்கு தன் விடுதலைப் போராட்டத்தை நடத்த விஞ்ஞான ரீதியான நடைமுறைத் தந்திரத்தை வகுத்துக் கொடுப்பதே சரித்ரீய உலகாயத வாதமாகும்.

சமுதாயத்தில் பல தட்டுகளில் உள்ள மக்களிடையே இருந்து வந்த முரண்பாடுகளையும் முட்டல் மோதல்களையும் கண்ட பல அறிஞர்கள், இவை சமுதாயத்தில் உள்ள வேறுபாடுகள் தான் காரணம் என்றனர். மார்க்ஸ் தோன்றுவதற்கு முன்னரே பல அறிஞர்கள் இவ்வாறு கூறினர். ஆனால் வர்க்கங்களுக்கிடையே இந்த முட்டல் மோதல்கள் நடைபெறுகின்றன என்பதை அவர்களால் பார்க்க இயலவில்லை. வர்க்கங்களுக்கிடையே நடைபெறும் போராட்டத்தை மார்க்ஸ் தான் முதன் முதலில் விளக்கினார். மார்க்ஸ் வர்க்கங்களையோ, வர்க்கப் போராட்டங்களையோ ஏற்படுத்த

வில்லை. வர்க்கங்கள் இருக்கின்றன. அவை எவை என்பதையும், இவ்வர்க்கங்கள் இடையே நடைபெற்று வரும் போராட்டத்தையும் மார்க்ஸ் எடுத்துச் சொன்னார்.

முதலாளித்துவ சமுதாயத்தில் முதலாளி வர்க்கம், தொழிலாளி வர்க்கம் என்று இருபிரதான வர்க்கங்கள் இருக்கின்றன என்றும், இவ்விரு வர்க்கங்களுக்கிடையே வர்க்கப் போராட்டம் இடை விடாமல் நடைபெற்றுக் கொண்டிருக்கின்றது, இப்போராட்டம் இறுதியில் தொழிலாளி வர்க்கத்தின் சர்வாதிகார அரசு அமைவதில் முடிவடையும் என்றும், எனவே சோஷலிசம் தவிர்க்க முடியாதது என்றும் மார்க்ஸ் தெள்ளத் தெளிவாகக் கூறினார். வர்க்கப் போராட்டம் சமுதாயத்தில் உள்ளது என்பதை மார்க்ஸின் முன்னோர்களே கூறி உள்ளனர். ஆனால் அது எவ்வாறு முடியும் என்பதனை அவர்களால் கூற முடியவில்லை. அதற்கு நேர்மாறாக அப்போராட்டத்தை தவிர்த்த ஏதேதோ யோசனைகளைக் கூறி வந்தனர். மார்க்ஸ்தான் விஞ்ஞான ரீதியாக எவ்வாறு வர்க்கப் போராட்டம் புரட்சியில் முடியும், இப்புரட்சியின் மூலம் தொழிலாளி வர்க்கம் தன் அரசை நிறுவும் என்றும், இவ்வரசு தொழிலாளி வர்க்கத்தின் சர்வாதிகார மாகத்தான் இருக்க முடியும் என்பதனை தெளிவு படுத்தினார்.

பூர்ஷ்வா பொருளாதார நிபுணர்களும், பூர்ஷ்வா அரசியல்வாதிகளும், அவதூறுகளைப் பரப்பி, கம்யூனிஸ்டுகள் புரட்சிக்காக நிற்பதால், எவ்வித பொருளாதார அல்லது அரசியல் முன்னேற்றத்தையும் விரும்புவதில்லை என்றும், அராஜகத்தையும், அமளியையும் தான் கம்யூனிஸ்டுகள் செய்து வருவதாகக் கூறுகின்றனர். இது சுத்த அபத்தம் என்பதை நேர்மையான ஜனநாயகவாதிகள் அனைவரும் உணர்வார்கள்.

தங்கள் நாட்டில் ஏழை எளிய மக்கள், தொழிலாளர்கள் விவசாயிகள், சுரண்டலை எதிர்த்துப் போராடும் சமயத்தில், தங்கள் விடுதலைக்கு மட்டுமல்ல, நாடு சுதந்திரம் பெறப் போராடுகிறார்கள் என்பதை மார்க்சும், ஏங்கெல்சும் உள்ளங்கை நெல்லிக்கனி போல் விளக்கி உள்ளனர்.

அது மட்டுமல்ல, நாடு உண்மையான பொருளாதார அரசியல் சுதந்திரம் பெற்றால், உண்மையான சர்வதேசியத்திற்கு அது உறுதுணையாக இருக்கும் என்பதையும் கம்யூனிஸ்டுகள் எடுத்துச் சொல்கிறார்கள். எனவே ஒரு நாட்டின் உண்மையான அரசியல், பொருளாதார விடுதலை தொழிலாளி வர்க்கம் அதிகாரத்திற்கு வருவதிலும், சமுதாய அமைப்பேயே தலை குப்புற கவிழ்ப்பதிலும் அடங்கி உள்ளது.

தொழிலாளி வர்க்கம் ஏனைய வர்க்கங்கள் போல தன்னுடைய வர்க்க நலனுக்காகத்தான் நிற்கின்றது என்பதில் ஐயமில்லை. ஆனால் தொழிலாளி வர்க்கத்தின் சிறப்பியல்பு ஒரு விஷயத்தில் அடங்கி யுள்ளது. தொழிலாளி வர்க்கம் சமுதாயத்தின் அடித்தட்டாக இருந்து வருவதன் காரணமாக அது தன் விடுதலையை அடைய முடியும்.

ஆகவே, சமுதாய அமைப்பில் சுரண்டப்படும் பல்வேறு தட்டுகளும், வர்க்கங்களும் விடுதலை அடைகின்றன. இந்த சிறப் பியல்பு வேறு எந்த வர்க்கத்துக்கும் இல்லை. தன் விடுதலை மூலம் பூரா சமுதாயமும் விடுதலை அடைகின்றது.

எனவே, தொழிலாளி வர்க்கத்தின் வர்க்கப் போராட்டத்திற்கு தத்துவார்த்தப் போராட்டம் இன்றியமையாததாகும். தொழிலாளி தன் வாழ்க்கை மூலமாகவும், அவன் வேலை செய்யும் இடத்தில் அவனுக்கு ஏற்படும் அநீதிகள் மூலமாகவும், உண்மையை வாய்மையை, துளி துளியாகத்தான் உணருகிறான். பிறகு மெல்ல மெல்ல இவ்வநீதிகளை எதிர்க்கத் தொடங்குகிறான். இதன்மூலம் அவன் பெறும் அனுபவம் மேலும் அவன் ஞானத்தைச் செழுமைப் படுத்துகின்றது. இவ்வாறு பல உண்மைகளை உணர்ந்து, இவ் வுண்மைகள் கோட்பாடாக்கப்பட்ட தத்துவத்திற்காக தொழிலாளி வர்க்கமே போராட முன் வருகின்றது.

தத்துவார்த்தப் போராட்டம் தொழிலாளி வர்க்கத்துக்கு இன்றியமையாத போராட்டமாகும். "வர்க்க உணர்வு" என்பது தொழிலாளி வர்க்கத்துக்கு தானே வந்துவிட முடியாது.

வர்க்க உணர்வு என்பது தொழிலாளி வர்க்கம் முதலாளி வர்க்கத்தை எதிர்த்துப் போராட வேண்டும். அப்போராட்டத்தின் இறுதி வெற்றி தொழிலாளி வர்க்கத்திற்குதான் - எனவே தொழிலாளி வர்க்கத்தின் லட்சியமாகிய கம்யூனிஸத்திற்காகப் போராட வேண்டும் என்பதே.

வர்க்க உணர்வு பெற்ற தொழிலாளி தன் வர்க்கத்தின் அரசியல் கட்சியாகிய கம்யூனிஸ்ட் கட்சியில் சேரவேண்டும். சிறந்த கம்யூனிஸ்டாக செயல்புரிய வேண்டும். ஸ்தாபன ரீதியாக, உருக்குக் கட்டுப்பாட்டுடன், லட்சியவாதியாகப் பணிபுரிய வேண்டும்.

மார்க்ஸிசம் உலகக் கண்ணோட்டம் படைத்தது. ஆகவே, தொழிலாளி விஞ்ஞான உணர்வுடன், மூடப்பழக்க வழக்கங்களை அறவே ஒழித்து, இயங்க வேண்டும். இது உடனே, ஒரு நாளில் வரக் கூடியதோர் கண்ணோட்டமல்ல. வர்க்கப் போராட்டத்தின் அனுபவமும், மார்க்சிச ஞானமும் இந்தக் கண்ணோடத்தை உரு வாக்கும். வர்க்கப் போராட்டத்தின் உச்சகட்டம்தான் புரட்சியாகும்.

கம்யூனிஸ்ட் எதிரிகள் புரட்சியை ஒரு 'வல்லடி' என்றும் அதைச் 'சதிகாரர்கள் செயல்' என்றும் அவதூறுப் படுத்த முயலுகிறார்கள். இது சுத்த அபத்தமாகும். மார்க்சிசம் "அரண்மனைப் புரட்சியை" சிறுபான்மையாகிய ஒரு கோஷ்டி அதிகாரத்தைப் பலாத்காரமாகக் கைப்பற்றுவதை முற்றிலும் எதிர்க்கின்றது.

புரட்சியின் அவசியம் மக்களின் எதார்த்த பௌதிக நிலை மேல் ஆதாரப்பட்டுள்ளதாகும். உற்பத்தி உறவுகளால் ஏற்படும் வர்க்கங்களுக்கிடையே நடைபெறும் போராட்டத்தைத்தான் புரட்சி அஸ்திவாரமாகக் கொண்டுள்ளது. எனவே, லட்சக்கணக்கான - கோடானு கோடி மக்களால் நடத்தப்படும் வர்க்கப் போராட்டத்தின் உச்சகட்டம் புரட்சி. ஆதலால், இது தனிநபர் பயங்கர வாதத்திற்கோ, அரண்மனைப் புரட்சிக்கோ எள்ளளவும் இடம் தராது. தொழிலாளி வர்க்கம் புரட்சிக்குத் தலைமை தாங்குவதால், புரட்சியின் வெற்றி அலைகள் தொழிலாளி வர்க்கத்தைத் தாங்கி நின்று அதிகாரத்துக்கு கொண்டு வருகின்றன. எனவே, இது மக்கள் புரட்சியாகும். சிறுபான்மையாகிய சுரண்டல் கும்பலை எதிர்த்து நின்று, வெற்றி பெறும் மாபெரும் உலக நிகழ்ச்சியாகும்!

முதலாளித்துவ நாடுகளில் சோஷலிசப் புரட்சி நீண்ட காலச் சம்பவமாகும். அதாவது, அரசியல் புரட்சியைச் செய்து அதிகாரத்தைக் கைப்பற்றிய பின்பு, தொழிலாளி வர்க்கம் முதலாளித்துவ முறைகள் அனைத்தையும் மாற்ற சில காலமாகும். சமுதாயத்தில் அனைத்துமே சோஷலிச முறையில் ஏற்பட சில காலமாகும். இதைத் தான் சோஷலிஸ்ட் புரட்சி என்று அழைக்கிறோம்.

சோஷலிஸ்ட் புரட்சியின் சரித்திரப் பிரசித்தி பெற்ற தலையாய கடமை முதலாளித்துவ தனி உடமையை அழித்து, உற்பத்தி சாதனங்கள் அனைத்தும் சோசலிஸ்ட் உடமையாக்குவதும், முதலாளித்துவ உற்பத்தி முறைகளுக்குப் பதிலாக சோசலிஸ்ட் உற்பத்தி முறையையும், சோசலிஸ்ட் உற்பத்தி உறவுகளையும் ஏற்படுத்துவதுமேயாகும். இவைகளை ஏற்படுத்த பூர்சுவா அரசு தடங்கலாக இருக்கிறது. ஆகவே அதை ஒழிப்பது முதற் பெருங் கடமையாகிறது. ஆளும் வர்க்கத்தின் கைகளில் இருந்து எல்லா சொத்துகளையும் எடுத்து மக்கள் சொத்தாக்கும் பொருட்டு, அரசைக் கைப்பற்ற வேண்டும். பூர்சுவா அரசை ஒழித்து பாட்டாளி மக்களின் அரசை நிறுவ வேண்டும். இதுவே மக்களின் அரசாகும். மக்களின் எல்லா நல உரிமைகளையும் இவ்வரசு பேணிக்காக்கும்.

இதைத்தான் உலகத்திலேயே புதுமையாக 1917-ல் ரஷ்யா அக்டோபர் புரட்சி செய்தது. எனவே உலகப் புரட்சிக்கே அக்டோபர் புரட்சி முன்னோடியாகக் காட்சியளிக்கின்றது.

# சரித்திரீய உலகாயதவாதம் (ஈ)

## மக்களும் சரித்திரமும்

சுரண்டும் வர்க்கத்தின் சுரண்டலை தாங்கிப் பிடிக்கும் கருத்தியல் கொள்கையாளர்கள் மக்களின் பாத்திரத்தை அலட்சியப்படுத்தி, தனி நபர்களின் அறிவையும், வீரத்தையும் மிகைப்படுத்தி சரித்திரத்தை எழுத முயற்சிக்கின்றனர். சாதாரண மக்கள் அறிவிலர் என்றும், ஆகவே அறிவுடையார் அவர்களை ஆள வந்தவர் என்றும் சித்தரிக்கின்றனர்.

மன்னர்களும், மந்திரிகளும், மாவீரர்களாகிய தளபதிகளும், மக்களுக்கு அறிவை ஊட்டும் வழக்கறிஞர்கள் தான் சரித்திரத்தை ஏற்படுத்துவர் என்பது அவர்கள் வாதம். எனவே, ஹிட்லர், முசோலினி, ஜார் மன்னன் போன்றவர்கள் தான் மனித சரித்திரத்தை நிர்ணயிப்பவர்கள். இது மட்டுமின்றி விதிப்படிதான் மனித சரித்திரம் நிர்ணயிக்கப்படுகிறது என்பதும் பூர்சுவா கருத்தியல் கொள்கையாளர்களின் தத்துவமாகும்.

உண்மை என்ன? சமுதாயத்தில் பெரும் பகுதி மக்கள் உழைக்கும் மக்கள் ஆவர். அவர்கள் பாட்டாளி வர்க்கத்தை சேர்ந்தவர்கள். மனித சமுதாயத்தின் சரித்திரமே வர்க்கப் போராட்ட சரித்திரமாகும்.

சமுதாயத்தில் மக்கள் உழைப்பால் செல்வம் ஏற்படுகிறது; அச் செல்வம் அனைத்தும் ஒரு சிறிய சுரண்டும் கும்பலால் அபகரிக்கப் பட்டு சமுதாயத்தையே பசி, பட்டினி, வறுமை, வேலை இல்லாத் திண்டாட்டம் போன்ற கொடிய நிலையில் ஆழ்த்தி வைக்கப் படுகின்றது.

இந்நிலையை ஒழித்து சமுதாயம் அனைத்தும் சுபிட்சமாக இருக்க, மக்கள் வாழப் பிறந்தவர்களாக திகழ, பாட்டாளி வர்க்கம் போர்க் கொடியை உயர்த்துகின்றது. போராடி வெற்றி பெறுகின்றது. சுரண்டலற்ற சமுதாயம் நிறுவப்படுகின்றது.

"சுரண்டப்படும், ஒடுக்கி வைக்கப்படும் மக்களின் நன்னாள் புரட்சியேயாகும். புதிய சமுதாயத்தை ஏற்படுத்த பாட்டாளிகளின் புரட்சியின் போது ஆற்றும் உதவி, அறிவு பிரமிக்கத்தக்கவை" என்று கூறுகிறார் லெனின்.

பாட்டாளி மக்களின் தியாகத்திற்கும், முரணற்ற புரட்சித் தன்மைக்கும் எல்லையில்லை. வர்க்கப் போராட்டத்திற்கு இவை இன்றியமையாததாகும். முதலாளித்துவத்தில் பாட்டாளி மக்கள் தங்கள் வாழ்நாள் அனைத்தையுமே, உயிர் வாழ செலவு செய்ய வேண்டிய தாய் இருக்கிறது. ஆனால் அவர்களுக்கும் கலை, பண்பாடு, அறிவு என்பதனைத்தும் உண்டு. சோசலிஸ்ட் சமுதாயத்தில் தான் இவை மலர்ந்து பரிணாம வளர்ச்சி பெற்று, மிக உயர்ந்த கட்டத்தை அடைகின்றது. உண்மையில் கலை, நாகரீகம், முதலியவற்றிற்கு வித்திடுபவர்கள் பாட்டாளி மக்கள்தான்.

பாட்டாளி மக்கள்தான் சரித்திரத்தையே தங்கள் இயக்கத்தின் மூலம் எழுதுகின்றனர்.

தனி நபர்களுக்கு சரித்திரத்தில் இடம் இல்லையா, இதை மார்க்ஸிஸ்டுகள் மறுக்கிறார்களா என்ற கேள்விகளைப் போட்டுக் கொண்டு அவதூறுப் பிரசாரத்தில் கருத்தியல் கொள்கையாளர்கள் இறங்குகின்றனர்.

உண்மை என்ன? தொழிலாளி வர்க்கத்துக்கு ஸ்தாபனம் மிகமிகத் தேவை. ஸ்தாபனமின்றி புரட்சியைச் செய்ய இயலாது. எனவே, தொழிலாளி வர்க்கத்தின் அரசியல் கட்சியாகிய கம்யூனிஸ்ட் கட்சிக்கு தலைவர்கள் உண்டு. கம்யூனிஸ்டுகள் தங்கள் தலைவர்களுக்கு அளிக்கும் மரியாதையையும், அன்பையும் வேறு எந்தக் கட்சியிலும் பார்க்க முடியாது; மார்க்ஸ், ஏங்கல்ஸ், லெனின் சான்றாகும்.

ஆனால், புரட்சியை மக்கள் அனைவரும் சேர்ந்து செய்வதால் எத்தலைவனுக்கும் எவ்வித தெய்வீகத் தன்மையையும் அளிப்பதில்லை. ஆகவே மார்க்ஸ், ஏங்கல்ஸ், லெனின் உட்பட யாரையுமே கடவுளாகத் தொழுவது போல் தொழுவதில்லை. கம்யூனிசம் தொழுவதையே நிராகரிக்கின்றது.

ஸ்டாலின் அவ்வாறு தொழப்பட்டார். அது தவறு என்பதை சோவியத் கம்யூனிஸ்ட் கட்சி எடுத்துக் காண்பித்தது; "தனி நபர் வழிபாடு" என்பது மிகப் பெரிய தவறு என்பதை நன்கு அறிந்து அதைத் தவிர்க்க வேண்டும், தடுக்க வேண்டும் என்று உலக கம்யூனிஸ்ட் இயக்கத்திற்கே எடுத்துக் காண்பித்துள்ளது சோவியத் கம்யூனிஸ்ட் கட்சி.

இன்றைய முதலாளித்துவ நாடுகளை எடுத்துக் கொண்டால், மக்கள் - அதாவது பாட்டாளி மக்கள்தான் சரித்திரத்தை நிர்ணயிக்கிற சக்தியாக விளங்குகிறார்கள் என்பது வெள்ளிடை மலையாகும்.

லெனின் இவ்விஷயத்தை பின்வருமாறு கூறினார்:

"சுரண்டப்படும் மக்கள்தான் வெற்றியடையப் போகின்றனர். வாழ்வு, வரையின்றிய எண்ணிக்கை, வலிவு, வற்றாத தன்னல மற்ற தொண்டு, தூய்மையுடன் இணைத்த உயர்ந்த நோக்கம், லட்சியப் பிடிப்பு, இவ்வனைத்தும் "சாதாரண மக்கள்" - பாட்டாளி மக்களிடம் - தொழிலாளர் - விவசாயிகளிடம் காணலாம்! அவர்களுக்கு வெற்றி திண்ணம்!"

எனவே, அரசர்களும் சில போர் வீரர்களும் அல்ல சரித்திரத்தை ஏற்படுத்துவது! மாறாக, தொழிலாளர்களும் - விவசாயிகளும் - அதாவது ஏழை எளிய பாட்டாளி மக்கள் தான் சரித்திரத்தின் ஜீவநாடியாவர்.

## எண்ணம் முதல் வாதமும் பொருள் முதல் வாதமும் (அ)

மனிதன் தோன்றிய காலத்திலிருந்து தத்துவ ஞானிகள் இரு முகாமில் பிரிந்து நின்று வந்துள்ளனர். இப் பிரபஞ்சத்தையும், மனிதனையும் படைத்தது கடவுள் என்று சில தத்துவ ஞானிகள் கூறி வந்தனர். இதற்கு நேர்மாறாக, இப் பிரபஞ்சத்தையும், மனிதனையும் கடவுள் ஏற்படுத்தவில்லை; இயற்கையாகவே ஏற்பட்டன என்று சில தத்துவ ஞானிகள் கூறினர்.

இதைத் தத்துவார்த்த மொழியில் கூறின், எண்ணம் முதல் வாதிகள் ஒரு முகாம் என்றும், பொருள் முதல் வாதிகள் மற்றொரு முகாம் என்றும் கூறலாம்.

கடவுள் எண்ணமாகவும், அவர் முதற்பெரும் எண்ணமாகவும், அவர் எண்ண இப் பிரபஞ்சம் ஏற்பட்டிருக்க வேண்டும் என்றும் எண்ணம் முதல் தத்துவ ஞானிகள் கூறி வருகின்றனர்.

இயற்கையாகவே இப்பிரபஞ்சமும், உலகமும், மனிதனும் எவ்வாறு ஏற்பட்டன என்பதை விஞ்ஞான ஆராய்ச்சியும், விஞ்ஞான கண்டுபிடிப்புகளும் தெளிவுபடுத்தி உள்ளன. இவைகளைத்தான் பொருள் முதல் வாதிகள் வலியுறுத்துகின்றனர்.

எண்ணம் முதல் வாதிகள் கடவுள் நம்பிக்கை, சமய வழிபாடு, மனிதனுள் அழியாப் பொருள் உண்டு - அதுதான் ஆத்மா என்றும், ஆத்மா கடவுளாகிய பரமாத்மாவை அடைய இவ்வாழ்க்கையில் செய்யும் கருமங்களே காரணமாக இருக்கும் என்றும், எனவே சதா கடவுளை தோத்திரம் செய்வதே மனிதப் பிறவியின் தலையாய கடமை என்றும் போதித்து வருகின்றனர்.

எண்ணம் முதல் வாதிகள் இவ்வுலகம் மாயை என்றும், சம்சார சாகரம் துக்கம் என்பதனைத்தும் பிறவிக் கடலின் தவிர்க்க முடியாத

தீவினைகள் என்றும், பிறவாதிருக்க ஈசனின் திருவடிகளை அடைய வேண்டும் என்றும் போதித்து வருகின்றனர்.

ஈசனின் அருளைப் பெறாதவர்கள் இவ்வுலகில் எத்தனை எத்தனையோ ஜென்மங்கள் எடுத்து படாதபாடு படுவர் எனச் சபிக்கின்றனர்.

கடவுள் என்பது ஒரு கருத்தா அல்லது கரங்களைக் கொண்ட உடலமைப்பு உள்ள ஒருவரா என்பதைப் பற்றி ஒவ்வொரு தத்துவ ஞானியும் ஒவ்வொரு விதமாக இலக்கணம் கூறி, இலக்கியங்களை ஏற்படுத்தி உள்ளனர். கற்பனையின் சிகரங்களை மனித எண்ணம் எந்த அளவுக்கு எட்ட முடியும் என்பதனை இவ்விலக்கியங்கள் வெள்ளிடை மலையோல் விளக்குகின்றன. இதைத் தவிர இந்த இலக்கியங்களுக்கும், உள்ளபடி உள்ள இவ்வுலகத்துக்கும் எவ்வித சம்பந்தமும் இல்லை. இவ்விலக்கியங்கள் மனித சிறப்பை அதாவது மனித கற்பனையின் சிறப்பைத்தான் எடுத்துக் காண்பிக்கின்றன. இவ்விலக்கியங்களில் சிலவற்றைப் பிறகு விமர்சிப்போம்.

எண்ணம் முதல் வாதிகள் இந்த நாட்டை, அந்த நாட்டை மட்டும் சேர்ந்தவர்களல்ல. கிழக்கிலும், மேற்கத்திய நாடுகளிலும், ஆதிமுதல் இருந்து வந்துள்ளனர். இவைகளையும் பிறகு விளக்குவோம்.

எண்ணம் முதல் வாதிகளின் தத்துவம் சமய வழிபாட்டிற்கு இட்டுச் சென்றுள்ளது. சமயங்கள் சாத்திரங்களுக்கு வழிகோலின. சாத்திரங்கள் மூடப்பழக்க வழக்கங்களுக்கு அடிக்கல் நாட்டின. உதாரணமாக, வர்ணாசிரம தர்மங்களுக்கு வேதங்களே மூல காரணமாகும். இன்று ஜாதிப் பாகுபாடுகள், தீண்டாமை அனைத்தும் அர்த்தமற்றவை. அநீதியை அடிப்படையாகக் கொண்டவை. ஆகவே தகர்த்தெறியப் படவேண்டும் என்று நமது பகுத்தறிவு பட்டப் பகல் வெட்ட வெளிச்சமாக்கி உள்ளது. ஆகவே தீண்டாமையை ஒழிக்க வேண்டுமென்றால், இந்து சமயத்தையே ஒழிக்க வேண்டும். பகுத்தறிவுக்கு ஒவ்வாத, விஞ்ஞானத்திற்கு எதிரான, இன்றைய உலக முற்போக்குக் கருத்திற்கு முரண்பட்ட பத்தாம்பசலி தத்துவமாகிய இந்து மதத்தையே அடியோடு தகர்த்தெறிய வேண்டும்.

# எண்ணம் முதல் வாதமும் பொருள் முதல் வாதமும் (ஆ)

## விஞ்ஞானமும் - நம்பிக்கையும்

விஞ்ஞானம் மனித உணர்வின், சிந்தனையின் பரிணாம வளர்ச்சியின் உச்சகட்டத்தை பளிங்குபோல் எடுத்துக் காட்டுகின்றது. விஞ்ஞானக் கண்டுபிடிப்புகள் அனைத்தும் பொருள் முதல் வாதத்தின் சிறந்த தத்துவத்தை வலியுறுத்துகின்றன.

இன்றைய நவீன உலகத்தை எடுத்துக் கொள்வோம். இரயில் வண்டி, சமுத்திரத்தைக் கடக்கும் கப்பல்கள், விமானத்தை விட ஒலி வேகத்தில் பறக்கும் ஜெட் விமானங்கள், வானவெளியில் ராக்கெட்டுகள் மனிதனை எடுத்துச் செல்வதும், சந்திர மண்டலத்திற்கும், விடிவெள்ளிக்கும் மனிதன் செல்ல முடியும் என்ற நிலை ஏற்பட்டுள்ளதும் - இவையனைத்தும் விஞ்ஞான வளர்ச்சியால் ஏற்பட்டுள்ளவையே தவிர, கற்பனையினால், கடவுள் கிருபையினால் அல்லது கடவுளாலேயே ஏற்பட்டவை அல்ல! இவ்வுலகம் மாயா உலகம் என்று கூறும் தத்துவம், எண்ணம் முதல் வாதமாகும். இவ்வுலகமே மாயா உலகமானால் சந்திர மண்டலத்திற்கு செல்வதும் வெட்ட வெளியில் மனிதன் சஞ்சரிப்பதும், இப்பிரபஞ்சம் அனைத்தும் - எல்லாமே மாயமாகத்தான் இருக்க வேண்டும்; இந்த தத்துவத்திற்கும் இந்த உலகத்திற்கும் எவ்வித சம்பந்தமில்லை. கடவுள் நம்பிக்கையுள்ளவர்கள், இன்றைய எண்ணம் முதல்வாதிகள், உலகம் பிரபஞ்சம் அனைத்துமே மாயை என்று கூறிவந்த வாதத்தைக் கைவிட்டனர். ஆனால் தத்துவ ஞானிகள் இதைக் கைவிட்ட போதிலும், சமய வழிபாட்டைப் பின்பற்றி வருபவர்கள் இதைவிடவில்லை. விதிவசம் நம்பிக்கை உடையவர்கள் இவ்வுலகம் புறத் தோற்றமேயொழிய, அதன் சாராம்சம் எங்கும் நிறைந்த எட்டாததோர் பொருள் என்றும், அப்பொருள் மெய்ப் பொருள் காண்பது அரிது என்றும், அப்பொருள்தான் கடவுள் என்றும் கூறுகின்றனர்.

கடவுளுக்கு கூறப்படும் இலக்கணமனைத்தும், வேதங்களிலும், திருக்குரானிலும், பைபிளிலும் இலக்கியமாக்கப்பட்டுள்ளன என்றும் கூறி வருகின்றனர்.

பகுத்தறிவிற்கும், விஞ்ஞான கண்டுபிடிப்புகளுக்கும், மூடப் பழக்க வழக்கங்கள், மூட நம்பிக்கை, கடவுள் வழிபாடு ஒவ்வாதவை என்பதனை சிந்திக்கவும் அவர்கள் தயாராயில்லை; மனித உடலில் ஆத்மா என்ற ஒன்று உண்டென்றும் மனிதன் இறந்த பின் இவ் வாத்மா புண்ணியம் செய்திருந்தால் சிவலோகத்திற்கு, வைகுண்டத் திற்கு, ஹயாத்திற்கு, பரமண்டலத்திற்கு செல்கிறது என்றும், பாவம் செய்திருந்தால் நரகத்திற்கு, ஜகன்னத்திற்கு, பழியாட்கள் தண்டனை நுகரும் உலகத்திற்குச் சென்று சித்திரவதைப்படும் என்றும் கூறப் படுகிறது.

கருணைக் கடலாகிய கடவுளின் கடுகளவுத் துளிதான் ஆத்மா என்றால், இவ்வுலகில் பாவம் செய்யக்கூடியவர்கள்தான் அதிகம் என்றால், கடவுளின் பெரியதோர் பாகம் படாதபாடு படுகிறது என்ப தல்லவா பொருளாகும்! ஆனால், கடவுளே மனித கற்பனையாதலால் தேவரின் உலகமும் கற்பனையே, நரகமும் மனித கற்பனையே!

ஆனால் இடைவிடாது எல்லா மதங்களும் இந்தக் கற்பனையை ஏன் கூறி வருகின்றன?

மனிதன் இம்மண்ணுலகில் ஈசனின் கட்டளைப்படி எல்லா கஷ்டங்களையும் அனுபவித்து வருவானேயானால், விண்ணுலகில் எல்லாவித இன்பங்களையும் அவன் கட்டாயம் அனுபவிப்பான் என்று வலியுறுத்தி வருகின்றன. எனவே, இவ்வுலகில் வறுமை, பசி, பட்டினி, வேலையில்லாத் திண்டாட்டம், உண்ண உண வில்லை, கட்ட துணியில்லை, இருக்க வீடில்லை என்றிருந்தால், கடவுளைத் தொழுது கொண்டேயிருந்ததால் சுவர்க்க போகத்தை அடைந்தே தீருவான் என்றும், பணக்காரன், செல்வந்தன், முதலாளி, நிலப்பிரபு எக்காரணத்தாலும் ஈசன் அடி சேரான் என்றும் எல்லா சமயங்களும் பல்வேறு விதத்தில் போதித்து வருகின்றன. இதன் பொருளென்ன?

பூர்வ காலத்தில் பண்ணிய பூஜாபலனைத் தான் அவனவன் அனுபவிப்பான், அனைத்தும் தலை எழுத்து, அதை எப்படியும் மாற்ற முடியாது என்ற போதனையாகும்.

ஆகவே பணக்காரன், செல்வந்தன், முதலாளி, நிலப்பிரபு, ஜாதியில் உயர்ந்தவன் என்றெல்லாம் இருப்பதை நீ எதிர்த்துப்

போராடலாகாது. அவ்வாறு செய்வது கடவுள் இட்ட ஆணையை மீறுவதேயாகும். - இவை தான் எண்ணம் முதல் வாதிகள் கூறாமல் கூறும் உண்மையாகும்.

இதற்கு நேர்மாறாக பொருள் முதல் வாதிகள் கூறுவதாவது "மதம் என்பது அபின்." அது போதையை ஏற்படுத்தி உள்ள உலகத்தை உள்ளபடி பார்க்க இயலாமற் செய்துவிடுகிறது.

இவ்வுலகம் மாயை அல்ல; உண்மையில் உள்ளது. கடவுள் இவ்வுலகத்தைப் படைக்கவில்லை. அது இயற்கையாகவே ஏற்பட்டது. இவ்வுண்மையை கடவுள் நம்பிக்கை உடைய வான சாஸ்திர நிபுணர்களே கூறி உள்ளனர்.

உயிர் என்பது ஒரு தனிப் பொருளல்ல. ஒரு பொருளின் பிரத்யேக குணத்தை உயிர் என்று அழைக்கிறோம். எவ்வாறு கோபம், சந்தோசம், விசனம் என்பவை தனிப் பொருள்கள் அல்லவோ, மனித குணங்களாக அமைந்துள்ளனவோ அவ்வாறே தான் உயிர் என்பதும், எவ்வாறு குறிப்பிட்ட சூழ்நிலையில் ஒருவன் சந்தோஷமாக இருக்கிறான், விசனமாக இருக்கிறான் என்பதை நாம் பார்க்கின் றோமோ, அவ்வாறே பொருள் முதல் வாதிகள் விஞ்ஞானிகளின் கண்டுபிடிப்புகளின் காரணமாக உயிர் என்பது பொருளின் பிரத்யேக குணம் என்பதைத் தெளிவாகப் பார்க்க முடிகின்றது.

ஆகவே, ஒரு மனிதன் இறந்தான் என்றால் அவன் உடலிலிருந்து பிரிந்து எதுவும் வெளியே போவதில்லை. உடலில் பல மாற்றங்கள் ஏற்படுகின்றன. ஆத்மா என்பதொன்றில்லை. மனிதன் இறந்தான் என்றால் மண்ணோடு மண்ணாக அல்லது சாம்பலாகப் போய் விடுகின்றான். சுவர்க்கமுமில்லை. நரகமுமில்லை. மனித வர்க்கத் தின் தலையாய கடமை இவ்வுலகை மாற்றி அமைப்பதேயாகும். அதாவது, இரு வர்க்கங்கள் கொண்ட இந்த சமுதாயத்தில், நிலப்பிரபு பண்ணையாளை சுரண்டுகிறான்; முதலாளி தொழிலாளியைச் சுரண்டுகிறான். இவ்வுலகில் பசி, வறுமை, வேலையில்லாத் திண்டாட்டம், பட்டினி, விபசாரம், தினசரி பிச்சை எடுக்கும் காட்சி - இவை அனைத்திற்கும் காரணம் சமுதாய அமைப்பே. இதை மாற்ற வேண்டும். உலகில் இம்மாற்றம் வாழையடி வாழையாக வந்து கொண்டுதானிருக்கிறது.

அடிமைச் சமுதாயம் ஒழிந்து நிலப்பிரபுத்துவ சமுதாயம், நிலப்பிரபுத்துவ சமுதாயம் ஒழிந்து முதலாளித்துவ சமுதாயம், முதலாளித்துவ சமுதாயம் கடிந்தொழிந்த சுரண்டலற்ற, வர்க்க பேத மற்ற சமுதாயம் வந்தே தீரும். இது சரித்திர பூர்வமாக தவிர்க்க

முடியாததோர் உண்மையாகும். ஆனால் தானாகவே இன்நன்னாள் பொன்நாளாக மலராது. அதற்கு என்று பாடுபடவேண்டும். இது தான் மனித வர்க்கத்தின் லட்சியமாக இருக்கவேண்டும். இயல் பாகவே இந்த லட்சியம் தொழிலாளி வர்க்கத்தின் லட்சியமாகும்!

அதாவது, பொருள் முதல்வாதம் தொழிலாளி வர்க்கத்தின் உன்னதமானதோர் லட்சியமாகும், தத்துவமாகும். இந்த தத்துவம் விஞ்ஞானத்தின் அடிப்படையில் ஏற்பட்டுள்ளதோர் தத்துவமாதலால், உண்மையை உள்ளபடி உரைக்கும் உன்னதமானதோர் தத்துவம் பொருள் முதல் வாதமாகும்.

தொழிலாளி வர்க்கம் முதலாளி வர்க்கத்தை எதிர்த்து வர்க்கப் போராட்டத்தைச் செழுமைப்படுத்த இந்த தத்துவம் பேருதவி அளிக்கிறது. இன்று எண்ணம் முதல் வாதம் முதலாளித்துவத்தை நியாயப்படுத்தி, அதை அப்படியே ஏற்றுக்கொள்ள அசுர முயற்சி செய்து வருகின்றது. ஆனால் தினந் தினம் தோல்வி அடைந்து வருகின்றது என்பதனைத் தொழிலாளி வர்க்கம் மிகத் தெளிவாகப் பார்க்க முடிகின்றது. விஞ்ஞானமின்றி இவ்வுலகம் இம்மியளவும் முன்னேற முடியாது. எண்ணம் முதல்வாதம் விஞ்ஞானத்திற்கு பரம எதிரி. இருள் சூழ்ந்த உலகில்தான் எண்ணம் முதல் வாதம் வாழ முடியும். எனவேதான் முதலாளித்துவம் வேண்டுமென்றே கோடானு கோடி மக்களை எழுதப் படிக்கத் தெரியாதவர்களாக, அஞ்ஞானிகளாக வைக்கின்றது. எவ்வளவுக்கெவ்வளவு மக்கள் படிப்பாளிகளாக மாற்றப்படுகின்றனரோ, அவ்வளவுக் கவ்வளவு விஞ்ஞானக் கண்ணோட்டத்தைப் பெற்று வர்க்கப் போராட்டத்தில் பங்கெடுப்பர். எவ்வளவுக் கெவ்வளவு வர்க்கப் போராட்டத்தில் பங்கெடுத்து, சுரண்டலற்ற சமுதாயத்தைச் சமைக்க முன் வருகின்றனரோ, அவ்வளவுக்கவ்வளவு பொருள் முதல்வாதிகளாகத் திகழுவர் என்பதில் சந்தேகமில்லை.

"கண்ணுடையர் என்பவர் கற்றோர் முகத்திரண்டு
புண்ணுடையர் கல்லா தவர்" - குறள்

## எண்ணம் முதல் வாதமும் பொருள் முதல் வாதமும் (இ)

### பகுத்தறிவும் - பழியும்

எண்ணம் முதல் வாதிகளின் கொள்கைகளை எதிர்த்துப் போராடி, பல விஞ்ஞானிகளும், தத்துவஞானிகளும் தங்கள் இன்னுயிரை அர்ப்பணம் செய்ய வேண்டியதாயிற்று என்பதனை விஞ்ஞான வரலாறு எடுத்துச் சொல்கின்றது.

எண்ணம் முதல் வாதிகள் சமய வழிபாட்டைத் தாங்கிப் பிடிக்கின்றனர். சமய நூல்களின் அர்த்தமற்ற அத்தனையையும் நம்ப வேண்டும் என அச்சுறுத்துகின்றனர். மேற்கத்திய நாடுகளின் சமய நூல்களாயினும் சரி, கிழக்கு நாடுகளின் நூல்களும் சரி, விஞ்ஞானக் கண்டுபிடிப்புகளை இன்னும் மறுத்து வருகின்றன. முற்போக்கு கருத்துகளையும், பகுத்தறிவையும் எதிர்த்து, பிற்போக்கு மூட நம்பிக்கையை வளர்ப்பதே சமயவாதிகள் திருப்பணியாக ஆதி முதல் இன்று வரை இருந்து வந்துள்ளது.

பண்டைய கால கிரேக்க பொருள் முதல் வாதி "அனக்ஸ கோரஸ்" (Anaxagoras) நாஸ்திகர் என்று "ஏதென்ஸ்" மாநகரிலிருந்து நாடு கடத்தப்பட்டார். "டெமோக்கிரடஸ்" (Democritus) பொருள் முதல் வாதி மட்டுமல்ல, பொருளின் சிறு துளி அணு என்று கூறியதோடு, இயற்கை ஏற்பட்டதிலும், மனித சமுதாயத்தின் வாழ்க்கையிலும் கடவுள் தலையிட எவ்வித உரிமையும் இடமுமில்லை என்று பற்பல அரிய நூல்களை இயற்றினார். ஆனால் அவர்களின் நூல்களை நெருப்பு வைத்துக் கொளுத்தினார்கள் சமய வாதிகள். அவர் இயற்றிய ஒரு நூல் கூட இன்று கிடைக்கா வண்ணம் செய்தனர் சமயவாதிகள். "டெமாக்கிரடஸின்" சீடரான "எபிக்கூரஸ்" (Epicurus) மனிதனைக் கடவுள் நம்பிக்கையிலிருந்து விடுவித்து, பகுத்தறிவை யும், விஞ்ஞான உண்மைகளையும் அடிப்படையாகக் கொண்டு

இயங்க வேண்டும் என்று விடாப்பிடியாகச் செய்த முயற்சிக்காக, கிறிஸ்துவத் திருக்கோயில் இரண்டாயிரம் வருடங்களாக அவரை அவதூறு செய்து வந்துள்ளது. அவர் இவ்வுலகத்தில் உள்ள எல்லா கெட்ட வழிகளிலும் வாழ்ந்தவர் என்றும் அறத்தின்பால் அவருக்கு தீய கண்ணோட்டம் இருந்தது என்றும் அதைத் தான் அவர் போதித்து வந்தார் என்றும் அவதூறுப் பிரச்சாரத்தைக் கட்டவிழ்த்துவிட்டது.

கிறிஸ்துவ மதம் ரோமாபுரி அரசின் சமயமாக ஏற்றுக்கொள்ளப் பட்ட பின்பு, பண்டைக்கால நாகரீகத்தின் சின்னங்கள் அனைத் தையும் பாதிரிமார்களும், மடத்துத் துறவிகளும் ஈவிரக்கமின்றி ஒன்றுகூட இல்லாமல் அழித்தனர்; குறிப்பாக கி.பி. 391ல் கிறிஸ்துவ வெறியர்கள் பண்டைக்கால "சிரபிஸ்" *(Serapis)* கோயிலை இடித் தனர். பண்டைக்காலத்தில் பிரசித்த பெற்ற மிகப் பெரிய நூல் நிலைய மாகிய "அலெக்ஸாண்டிரியா" நூல் நிலையம் தீ வைத்து அழிக்கப் பட்டது. போப்பாண்டவர் "கிரிகோரி!" (கி.பி. 590-604) விஞ்ஞானத் திற்கும், அறிவியல் நூல்களுக்கும் பரம எதிரியாகத் திகழ்ந்தார். பொருள் முதல்வாத நூல்கள் அத்தனையும் அழிக்கப்பட்டன.

கத்தோலிக்க திருக்கோயில் கொள்கைகளை எதிர்ப்போர்களைத் தண்டிக்க போப்பாண்டவர் 17 ஆம் நூற்றாண்டில் "இன்குவிசிசன்" *(Inquisition)* முரண் சமயக் கொள்கைகளை ஒடுக்குவதற்கான சமயத்துறை சார்ந்த தண்ட உயர்முறை மன்றம் ஒன்றை நிறுவினார். இந்த "இன்குவிஷன்" 1600ல் "புரூனோ" *(Bruno)* என்ற பெரியதோர் தத்துவஞானியும் விஞ்ஞானியுமானவர். "கோபர்நிகஸ்" *(Copernicus)* வெளியிட்ட வான நூலை ஆதரித்ததற்காக முச்சந்தியில் உயிரோடு கொளுத்தப்பட்டார்.

1619 ஆம் ஆண்டில் "வானினி" *(Vanini)* என்ற தத்துவ ஞானி "துளோஸ்" என்ற பிரெஞ்சு நகரத்தில் தீ வைத்துக் கொளுத்தப் பட்டார். அவரைச் சுற்றி தீ எரிய, "உங்கள் ஏசுநாதரைச் சிலுவையில் அறைந்தபோது "பிதாவே! அவர்களை மன்னித்து விடுங்கள் - அவர்கள் அறியாமையினால் தான் இதைச் செய்கிறார்கள்! என்று நான் கூறமாட்டேன். நீங்கள் செய்யும் குற்றத்தை நீங்கள் உணர்ந்தே செய்கிறீர்கள்" என்று வானினி கர்ஜித்தார். இதைக் கேட்ட பாதிரி மார்கள் கோபம் பொறுக்கமாட்டாமல் வானினியின் நாக்கைப் பிடுங்கி பிறகு தீயில் தள்ளிக் கொன்றனராம்! சமய அதிகாரம் காக்கப் பட்டது! ஏசுநாதரின் ஆன்மா சாந்தியடைந்தது? கருணைக் கடவுளாகிய கடவுள் கண்டுகளித்தார்!

தூரதிருஷ்டிக் கண்ணாடியைக் கண்டுபிடித்து அதன் உதவியைக் கொண்டு "கோபர்நிகஸ்" வானநூலை ஆதரித்த இத்தாலிய விஞ்ஞானி "கலிலியோ" *(Galileo)* தன் ஆதரவை வாபஸ் பெற்றுக்

கொள்ள வேண்டும் என்று, "இன்குவிஷன்" வற்புறுத்தி வந்தது. பிரெஞ்சு தத்துவ ஞானி "வால்டேர்" *(Voltaire)* "பாஸ்டில்" சிறையில் அடைக்கப்பட்டார். இவ்வாறே பிரான்சின் 18 ஆம் நூற்றாண்டின் பொருள் முதல் வாதி "டிடிராட்டும்"*(Diderot)* சிறைவாசம் அனுபவிக்க வேண்டியதாயிற்று.

இன்றும் உலகெங்கும் விஞ்ஞானக் கண்டுபிடிப்புகளை, பிற்போக்கு மூட நம்பிக்கைகளையும், சமய வழிபாட்டையும் வலியுறுத்தி வரும் ஏகாதிபத்திய வாதிகளும் முதலாளிகளும் எதிர்த்துத்தான் வருகின்றனர். "பிசிக்ஸ்" "கெமிஸ்டரி" "கணித நூல்" முதலியவற்றை ஏகாதிபத்தியமும் முதலாளியத்துவமும் ஆதரிக்கின்றன - காரணம், இயந்திர நுட்ப வளர்ச்சி இவைகளின் மேல் ஆதாரப்பட்டுள்ளது. ஆனால் பொருள் முதல்வாத தத்துவத்தை கடுமையாக எதிர்ப்பதற்கு காரணம், முற்போக்கு எண்ணங்கள், உலகக் கண்ணோட்டம், நாஸ்திகம், இவைகளைப் பொருள் முதல் வாதம் விஞ்ஞானக் கண்டுபிடிப்புகளை ஆதாரமாகக் கொண்டு வெள்ளிடைமலை போல் விளக்குகின்றது.

தர்க்க இயல் பொருள் முதல் வாதமும் உலகாயத சரித்திரீய வாதமும் மார்க்ஸிசம் -லெனினிஸத்தின் தத்துவங்களாகும். இவைகளை ஆயுதங்களாகக் கொண்டு, தொழிலாளி வர்க்கம் முதலாளித்துவத்தையும், ஏகாதிபத்தியத்தையும் வெட்டி வீழ்த்துவது திண்ணம் என்பதனை பூர்ஷுவா வர்க்கம் தெளிவாகப் பார்க்கின்றது. ஆகவே பூர்ஷுவா தத்துவஞானிகள் மார்க்ஸிசத்தை எதிர்ப்பதும், அதை துர்வியாக்கியானம் செய்து அது தவறு, இது தவறு என்று கூறுவதும், கடவுள் சமய நம்பிக்கைகளை வளர்ப்பதும், அவர்களின் தலையாயக் கடமைகளாக கொண்டுள்ளனர்.

முந்திய காலத்திய விஞ்ஞானிகளைத் தீ வைத்துப் பொசுக்குவதோ, சிறையிலடைப்பதோ, கொலை செய்வதோ இன்று இல்லை என்பது உண்மையே. ஆனால் தங்கள் அரசுரிமைக்கு அபாயம் ஏற்படுத்தும் விஞ்ஞானிகள் கல்லூரிகளிலிருந்தும், சர்வ கலாசாலைகளிலிருந்தும் விலக்கப்பட்டு, பசி பட்டினியின் கொடுமையால் வாடி வதங்குகின்றனர். அவர்கள் நூல்கள் வெளிவராவண்ணம் பணபலத்தால் தடுக்கப்படுகின்றன. என்ன இடையூறுகள் இருந்த போதிலும் விஞ்ஞானத்தை, அதன் பரிணாம வளர்ச்சிப் போக்கில், வரும் புதிய கண்டுபிடிப்புகளை அதன்மூலம் மனித அறிவு வளர்ச்சி பெறுவதை யாராலும் தடுக்க முடியாது. விஞ்ஞானம் பொருள் முதல்வாதத்தை தினந்தினம் பலப்படுத்தி வருகின்றது.

முற்போக்கு பொருள் முதல்வாதம் மனிதனுக்கு உலகக் கண்ணோட்டத்தை அளிக்கிறது. இவ்வுலகை மாற்றியமைக்க

முடியும் என்ற நம்பிக்கையை ஊட்டுகின்றது. அவ்வாறு மாற்றிய மைக்கச் செய்கின்றது. புதிய உலகம், சுரண்டலற்ற வர்க்க பேத மற்ற உலகம், கம்யூனிஸ்ட் சமுதாய உலகம் ஏற்படுத்த தொழிலாளி வர்க்கம் தர்க்க இயல் பொருள் முதல் வாதத்தையும், விஞ்ஞானத் தையும் ஆயுதங்களாக கொள்கின்றது. இதைத் தடுக்க இயலாது என்பதை நிகழ்காலம் நிரூபித்துவிட்டது.

தர்க்க இயல் பொருள் முதல் வாதம், உள்ள உலகை அப்படியே படம் பிடித்துக் காட்டுகிறது. இப்பிரபஞ்சம், ஆகாயம், நட்சத் திரங்கள், சூரியன், சந்திரன், கிரகங்கள், இவ்வுலகம், இவ்வுலகத்தில் உள்ள எல்லாப் பொருள்களும், விலங்குகள், மனிதன் அத்தனையும் உள்ள உண்மைகள் என்கின்றது.

ஆனால் எண்ணம் முதல்வாதமோ அத்தனையும் உண்மையல்ல, எதுவுமே உண்மையல்ல, உண்மையான பொருள் ஒன்றே - ஈசன்தான் அது; மற்றுள்ள அனைத்துமே "மாயை" என்கிறது.

மனிதன் பரிணாம வளர்ச்சியில் தோன்றினான் என்றும், தன்னு ணர்வு என்பது மனிதனுக்குச் சரித்திரப் பூர்வமாக வளர்ந்து வந் துள்ளது என்றும் மனிதன் தோன்றுவதற்கு பல கோடி ஆண்டுகளுக்கு முன்னரே இவ்வுலகம் ஏற்பட்டது என்றும் தர்க்க இயல் பொருள் முதல் வாதம் கூறுகின்றது.

இதை எண்ணம் முதல்வாதிகள் கடுமையாக எதிர்க்கின்றனர். எண்ணம், கருத்து, ஆன்மாதான் முதலில் ஏற்பட்டது என்றும், புற உலகம் என்பது அக உலகத்தின் பிரதிபிம்பம் என்றும், புற உலகம் உண்மையல்ல என்றும் - வாதாடுகின்றனர். ஆதிமுதல் எது? எண்ணமா, பொருளா? என்ற கேள்வி எல்லா தத்துவ ஞானிகளின் முன் நின்ற ஆகப் பெரிய பிரச்சனையாகும்.

எண்ணம் தான் முதல்; ஆதிமுதல் எண்ணம் தான் கடவுள். கட வுள், இப்பிரபஞ்சத்தையும், உலகத்தையும் எல்லா ஜீவராசிகளையும், மனிதனையும், மனிதனுடைய தன்னுணர்வையும் படைத்தார் என்று எண்ணம் முதல் வாதிகள் கூறி வந்துள்ளனர்.

இவைகளுக்கு நேர்மாறாக பொருள் முதல்வாதிகள் கூறி வந்துள்ளனர். ஆதிமுதல் இயற்கையேயாகும். இயற்கையின் பரிணாம வளர்ச்சியில் ஜீவராசிகள் தோன்றின. குரங்கிலிருந்து பரிணாம வளர்ச்சிப் போக்கில் மனிதனும், மனிதனின் தன்னுணர்வும் ஏற்பட்டன. கடவுள் மனிதனின் கற்பனையே ஒழிய வேறு ஒன்று மில்லை. பொருள் இன்றி தன்னுணர்வு இல்லை - தன்னுணர்வைத் தான் ஆன்மா என்று அழைக்கின்றனர். மனிதனின் மூளையில்லை யென்றால் தன்னுணர்வு இல்லாமல் போகிறது. மனித மூளை சில

மாற்றங்களை காலப்போக்கில் அடைகின்றது. அதாவது மனிதன் இறந்தான் என்றால் மூளையில் சில மாற்றங்கள் ஏற்படுகின்றன. அதன் விளைவாக தன்னுணர்வு என்பது இல்லாமற் போகின்றது, ஆகவே தன்னுணர்வு மனிதன் உடலுக்கு அப்பாற்பட்டதல்ல. உடலும் உடலிலுள்ள மூளையும் அழிந்தது என்றால் தன்னுணர்வு தனித்து நின்று இருக்க முடியாது.

எண்ணம் முதல் வாதிகளுக்கும், பொருள் முதல்வாதிகளுக்கும் ஆதிமுதல் கடுமையான போராட்டங்கள் இருந்து வந்துள்ளன. எண்ணம் முதல்வாதிகள் எண்ணற்ற விஞ்ஞானிகளையும், பகுத்தறிவாளர்களையும், பொருள்முதல் வாதிகளையும் சொல்லொனாத் துன்பங்களுக்கு இரையாக்கி வந்துள்ளனர்.

20 ஆம் நூற்றாண்டில்தான் பொருள்முதல்வாதம் அரசு அனுமதி பெற்று ஒரு தத்துவமாக 1917 ரஷ்ய சோஷலிஸ்ட் புரட்சி வெற்றிக்குப் பிறகு திகழத் தொடங்கியது.

எண்ணம் முதல்வாதம் ஆதிகாலத்தில் இருந்து முடிசூட்டிய மன்னனாலும், நிலப்பிரபுத்துவ சமுதாய அமைப்பாலும், இன்றைய முதலாளித்துவ சமுதாய அமைப்பாலும் தத்தம் நலனுக்காக பயன்படுத்தப்பட்டு வந்துள்ளது. எண்ணம் முதல்வாதிகள் அரசனுக்குப் பயப்பட்டு தங்கள் தத்துவத்தை விளக்கினார்கள் என்று நினைப்பது - முற்றிலும் தவறாகும். எண்ணம் முதல்வாத தத்துவத்தை ஆளவந்தார்களும், சுரண்டும் வர்க்கமும் பயன்படுத்தி வந்தனர் என்பதுதான் பொருள்.

இந்தியாவில் புராதன கம்யூனிஸ்ட் சமுதாயம் இருந்து வந்த காலத்தில் பலதரப்பட்ட உற்பத்திப் பொருள்கள் செய்யத் தொடங்கப் பட்டன. நாளடைவில் இத்தொழில்களைச் செய்ய "வர்ணா" (ஜாதிப் பிரிவினை) செய்யப்பட்டது. இவ்வாறு செய்யப்பட்ட ஜாதிப் பிரிவினை பிரதானமாக சமுதாய உழைப்புப் பிரிவினையின் அடிப் படையில்தான் செய்யப்பட்டது. இதற்கு கடவுள், சமயவழிபாடு, வேதம் முதலியன நியாயப்படுத்த உதவின. இவை ஏறத்தாழ கி.மு. 3000 - 2000 இடையே இருக்கலாம் என்று தோழர் எஸ்.ஏ. டாங்கே அவருடைய பிரசித்தி பெற்ற நூலில் *(India from Primitive Communism to Slavery)* எழுதுகிறார்.

ஆனால் ஏற்கனவே உள்ள "வர்ணா" தர்மப்படி மூன்று ஜாதிகள் தான் இருந்தன. கி.மு. 2000 - 1500 இடையேதான் "சூத்திரர்கள்" என்ற நான்காவது ஜாதி ஏற்படுத்தப்பட்டது. இந்தக் காலத்தில்தான் அடிமைகள் சமுதாயம் ஏற்பட்டது. அதாவது லட்சக்கணக்கான நிரபராதிகளை அடிமைகளாக வைத்துக்கொண்டு, உலகத்தையே

பிடித்து ஆளமுன்வந்த காலம். மூன்று, "வர்ணா" செல்வந்தர்களும் அடிமைகளின் மீது தங்கள் அரசைச் செலுத்தத் தொடங்கிய நேரம். ஆகவே "சூத்திரர்கள்" என்பவர் ஆதிமுதல் பொருளாதாரத் துறையில் அடிமையாக்கப்பட்டு, அதை நியாயப்படுத்த சமுதாயத் துறையிலும் சமயத் துறையிலும் அடிமையாக்கப்பட்டனர். சமய வழிபாடும், வேதங்களும் இதற்கு உறுதுணையாக நின்றன.

இந்தியாவில் இருந்து வந்த புராதன கம்யூனிஸத்தை "பிராமண" சமுதாயம் என்று வேதங்கள் கூறுகின்றன. நர மானிடருக்குச் சரிசமமாக்கப்பட்டதும் "தேவர்"களுக்கு கோபம் வந்தது என்று பீஷ்மர் மகாபதாரதத்தில் குறிப்பிடுகின்றார். இந்த "தேவர்"களும் சாதாரண மனிதர்கள்தான். ஆனால் புராதன கம்யூனிஸ்ட் சமுதாயம் அழிந்ததும் அவர்கள் நிலை மோசமாய் போய்விட்டது. ஆகவே 'தேவர்கள்' எல்லோரும் பிரம்மாவிடம் சென்றார்களாம்.

பிரம்மா ஒரு முடிவைத் தெரியப்படுத்தினாராம். தர்மத்தை எல்லோரும் ஏற்றுக் கொண்டதால் இதுவரை அரசு, மன்னன், தடி என்பதில்லதாமலிருந்தது. இனி அவ்வாறு இருக்க முடியாது; இனி 'தடி' ஆட்சி அதாவது தர்மத்தை எதிர்ப்பவர்களை தடியால் அடித்து வழிக்கு கொண்டுவர வேண்டும். அடிமை - எஜமானன் என்ற உறவை நிலைநாட்ட "அரசு" என்பது ஏற்பட்டது என்று புராணங்கள் கூறுகின்றன.

ஆகவே, எண்ணம் முதல் வாதம் அந்தந்த காலத்திற்கு ஏற்ப, சமுதாயக் கொடுமைகளை நியாயப்படுத்தி தர்மத்தின் பெயரால், தெய்வ வாக்காகிய வேதத்தின் பெயரால், சமய வழிபாட்டின் பெயரால் நியாயப்படுத்தப்பட்டு வந்துள்ளது.

பௌத்த மதம் ஜாதிக் கொடுமைகளை எதிர்த்து நின்றது. ஜாதிப் பிரிவினைக்கும் கடவுளுக்கும் எவ்வித உறவும் இல்லை என்றும், பிறவில் உயர்ந்த ஜாதியுமில்லை - தாழ்ந்த ஜாதியுமில்லை என்றது.

இந்து மதாச்சாரியர்கள் பௌத்த மதத்தைக் கடுமையாக எதிர்த்தனர். பௌத்த மதம் நாஸ்திகத்தைப் பரப்புகின்றது; கடவுள் வாக்கை எதிர்க்கின்றது என்று கூறி ஆயிரக்கணக்கான புத்தர்களை, சமணர்களைக் கழுவில் ஏற்றினர்.

ஆகவே, எண்ணம் முதல் வாதம், சமயவழிப்பாடு, கடவுள், நம்பிக்கை, மறுபிறவி, தலைவிதி, கடவுள் கட்டளை, சுவர்க்க லோகம், நரகலோகம் என்ற எல்லா கற்பனைகளையும் செய்து இவைகள் தான் உண்மைகள், சத்தியங்கள், வாய்மை என்று பறை சாற்றுகின்றது.

# எண்ணம் முதல் வாதமும் பொருள் முதல் வாதமும் (ஈ)

## விஞ்ஞானமும் - எண்ணம் முதல் வாதமும்

வாழ்க்கையிலும், அன்றாட நடைமுறைகளிலும் இவ்வுலகத்தையும், இவ்வுலகில் உள்ள எல்லாப் பொருள்களையும், நடைபெறும் நிகழ்ச்சிகளையும் புறநிலை உண்மைகளாகத்தான் எல்லோரும் ஏற்றுக் கொண்டு இயங்குகிறார்கள். இவை அனைத்தும் தங்கள் தன்னுணர்வில் ஏற்பட்டவை என்று யாரும் நினைப்பதில்லை. எனவே எதார்த்த வாழ்க்கையில் எல்லோருமே பொருள் முதல் வாதிகளாகத் தான் உள்ளனர். ஆனால் தத்துவம் பேசும் சமயத்தில் மட்டும் எண்ணம் முதல் வாதத்தை வலியுறுத்துகின்றனர்.

உதாரணமாக எண்ணம் முதல் வாதிகள் சாப்பிடுவதில்லையா? வீடு வாசல் குடும்பத்தோடு இல்லையா? விஞ்ஞானக் கண்டுபிடிப்புகளின் வசதியாகிய இரயில் வண்டி, விமானம், மோட்டார் வண்டி, மின்சார விளக்கு, விசிறிகளை உபயோகப்படுத்துவதில்லையா? எண்ணத்தால் ஏற்பட்ட மாயா உலகமா இது? அல்லது உள்ளபடி உண்டான உலகமா இது?

வாய்மையே கடவுள் என்று கூறி உள்ளபடி இருக்கும் உலகத்தை மாயை என்று கூறினால், அது என்ன வாய்மையாகும்? விஞ்ஞானி, உள்ளபடி உள்ள உலகத்தில் பற்பலவற்றைக் கண்டுபிடிப்பதல்லவா வாய்மையாகும்!

அச்சமின்றி உள்ள விஞ்ஞானிகள் தான் இப்பூர்சுவா சமுதாயத்தில் தைரியமாக பொருள்முதல் வாதி என்று கூற முன்வந்துள்ளனர். பிறநாட்டுப் பழக்க வழக்கங்களினாலும், மதவழிபாட்டின் பற்றுதலாலும் பிறர் என்ன சொல்வார்களோ என்ற அச்சத்தினாலும், மூடப்பழக்க வழக்கங்களுக்கும், கடவுள் வழிபாட்டிற்கும் இரை

யாகின்றனர். ஆனால் இவர்கள்கூட தங்கள் விஞ்ஞான உலகத்தில் கடவுளைச் சேர்ப்பதில்லை. இப்பேர்ப்பட்ட விஞ்ஞானிகளை "வெட்க முகங் கொண்ட பொருள்முதல் வாதிகள்" *(Shame faced maerialists)* என்று ஏங்கெல்ஸ் அழைக்கிறார்.

ஆல்பர்ட் ஈன்ஸ்டீன் *(Albert Einstein)* என்ற பிரசித்தி பெற்ற விஞ்ஞானி எண்ணம்முதல் வாதியாக பல கருத்துக்களை வெளி யிட்டிருந்த போதும், விஞ்ஞான விஷயங்களைப் பற்றி எழுதுகிற போது, பொருள்முதல் வாதியாகத்தான் காட்சியளிக்கிறார். அவருடைய "தியரி ஆப் ரெலேடிவிடி" *(Theory of relativity)* பொருள் முதல் வாதத்தைத்தான் அஸ்திவாரமாகக் கொண்டது. இந்த பொருள் முதல்வாதம் தன்னிச்சையாக ஏற்பட்டதாகும். தன்னிச்சைப் பொருள் முதல் வாதம், எண்ணம்முதல் வாதத்திற்கு சரியானதோர் பதில் என்று கூற முடியாது. தர்க்க இயல் பொருள்முதல் வாதத்தை உணர்வுப் பூர்வமாக ஏற்றுக் கொள்வது ஒன்றுதான் எண்ணம்முதல் வாதத்திற்கு தக்க பதிலாகும்.

எண்ணம்முதல் வாதம் மக்களை மாக்களாக்கிவிட்டது. என்ன செய்தாலும் தலை எழுத்து என்று மாற்ற முடியாது என்று கூறி, எனையாளும் ஈசன் செயல் ஆதலால் - பசி, பட்டினி, வேலை யில்லாத் திண்டாட்டம், சுரண்டல் அத்தனையும் பொருந்தி யிருப்பதே மனிதன் கடமை என்று எல்லா சமய நூல்களும் கூறி வருவதன் பொருள் ஒன்றே. எழுச்சி, புரட்சி, இச்சமுதாய அமைப்பை மாற்றி சுரண்டலற்ற சமுதாயத்தை அமைப்பது அத்தனையும் கடவுளுக்கு விரோதமாகப் போவது என்பதேயாகும்.

பொருள்முதல் வாதம் உண்மையை அப்படியே எடுத்துக் கூறுகின்றது என்பது மட்டுமின்றி, மூடப்பழக்கங்கள், சமய வழிபாடு, கடவுள் நம்பிக்கை அத்தனையும் தகர்த்தெறிந்து, மனிதனுக்குத் தன்னம்பிக்கையை ஊட்டுகின்றது. இவ்வுலகம் மாயை அல்ல, உண்மையாகவே இருக்கின்றது, இவ்வுலகில் எல்லோரும் வாழப்பிறந்தவர்களாகத் திகழ வேண்டும், ஒரு சிலருக்கு எல்லாம், பெரும்பாலோருக்கு ஒன்றுமில்லை என்ற அநீதியை ஒழிப்பதே மனிதப் பிறவியின் தலையாய கடமை என்று பசுமரத்தில் அறைந்த ஆணிபோல் எடுத்துச் சொல்கின்றது.

எல்லா ஜீவராசிகளிலும் ஆகச் சிறந்தவன் மனிதன். மனிதன் உலகை விஞ்ஞானக் கண்டுபிடிப்புகளால் மாற்றி கற்பனைக்கும் எட்டாத பல அரிய சாதனைகளைச் செய்துள்ளான், செய்து வருகின்றான். மனிதனைவிட சிறந்த பொருள் ஒன்றுமில்லை. இப்பிறவியைவிட நல்ல நிகழ்ச்சி ஒன்றுமில்லை. மனிதன் இறந்தால்

மண்ணோடு மண்ணாகி விடுகிறான். மறுபிறவியுமில்லை; சொர்க்கத்துக்கோ, நரகத்துக்கோ செல்வதுமில்லை. அவ்வாறு இடங் களுமில்லை; செத்த பிறகு, மனிதன் உடலிலிருந்து பிரிந்து அவ் விடங்களுக்கு யாத்திரை போக மனித உடலில் ஒன்றுமில்லை! ஆன்மா என்பது கடவுளைப் போலவே கற்பனையாகும்!

மனிதப் பண்பாட்டையும், மனிதச் சிறப்பையும், மனிதத் துவத்தையும் இவ்வுலகில் எல்லோரும் இன்ப வாழ்க்கையை அனுபவிக்க வேண்டும் என்று பொருள்முதல் வாதம்தான் கூறுகின்றது. எண்ணம்முதல் வாதமோ கடவுளை போற்றிப் போற்றி அவன் ஆணையை மீறாது நடப்பது ஒழிய மனிதனின் திருப்பணி வேறொன்றுமில்லை என்கின்றது.

பல ஆயிரக்கணக்கான ஆண்டுகளாக இந்த தத்துவத்தை போதித்து போதித்து வருவதால், மனிதன் இத் தத்துவத்திற்கு அடிமையா யுள்ளான். இந்த அடிமைச் சங்கிலிகளைத் தகர்த்தெறிவது நமது தலையாய கடமையாகும்.

எண்ணம்முதல் வாதிகள், பொருள்முதல் வாதத்தை எதிர்த்துத் தங்களது தத்துவம்தான் சிறந்தது என்பதனை எடுத்துச் சொல்ல முடியாததனால், பொருள்முதல் வாதத்தை எதிர்த்து சொல் லொண்ணா அவதூறுகளை பரப்பி வந்துள்ளனர். பொருள்முதல் வாதிகள் நாஸ்திகர்கள், கடவுள் நம்பிக்கை இல்லாதவர்கள், இப்பிறவிக்கு பிறகு மறுபிறவி உண்டு என்பதை ஏற்றுக் கொள்ளாத வர்கள். நரகம், சுவர்க்கம் என்று இல்லை என்று கூறுகிறவர் களாதலால் அவர்களுக்கு இவ்வுலகத்தில் எல்லாவற்றையும் அனுபவிப்பதில், அதாவது சாப்பிடுவது, மதுபானம் அருந்துவது, எல்லாக் கெட்ட பழக்கங்களுக்கும் இரையாவது, வாழ்க்கையில் ஒரு லட்சியமோ, ஒரு அறனோ இல்லாது நல்லொழுக்கமற்று, மிருகங்கள் போல் வாழ்வதே அவர்கள் குறிக்கோள் என்று அவதூறுகளைப் பரப்பி வருகின்றனர்.

**உண்மை என்ன?**

பொருள்முதல் வாதத்தின் சிகரம் தர்க்க இயல் பொருள்முதல் வாதமாகும். தர்க்க இயல் பொருள் முதல்வாதிகள் பெருவாரியாக கம்யூனிஸ்ட் கட்சியைச் சார்ந்தவர்கள். கம்யூனிஸ்ட் கட்சியின் இன்றியமையாததோர் நியதி சொல்லுக்கும், செயலுக்கும் வித்தியாசமில்லாமல் இருப்பதே!

இன்று முதலாளித்துவமும், ஏகாதிபத்தியமும் அரசு, ராணுவம், போலீஸ், அடக்கு முறைச் சட்டங்கள், சிறைச்சாலைகள், துப்பாக்கிப்

பிரயோகங்கள், இம் என்றால் சிறைவாசம், ஏன் என்றால் வனவாசம் என்றெல்லாம் ஆயுதங்களாகத் தன் கையில் வைத்திருப்பது மட்டு மின்றி, ஜனநாயகத்தின் பெயரால் பணநாயகம் தாண்டவமாடுவது, ரேடியோ, பத்திரிக்கைகளை தன்கையில் வைத்துக் கொண்டு, சமய வழிபாடு, கடவுள் நம்பிக்கை என்ற வலைகளை வீசி கோடானு கோடி மக்களை அடக்கி ஆண்டு, சுரண்டிப் பிழைக்கின்றன.

இவைகளை எதிர்த்து வர்க்கப் போராட்டத்தை தீவிரப்படுத்தி, தொழிலாளி வர்க்கத்தை ஸ்தாபன ரீதியாகத் திரட்டி, போர் புரிந்து, புரட்சி செய்து, முதலாளித்துவத்தையும், ஏகாதிபத்தியத்தையும் வீழ்த்த வேண்டும். சுரண்டலற்ற, வர்க்க பேதமற்ற, எல்லோருக்கும் வேலை, எல்லோருக்கும் உண்ண உணவு, உடுக்க உடை, இருக்க இல்லம், எல்லோருக்கும் எல்லாம் என்ற உன்னதமான சமுதாயத்தைச் சமைக்க வேண்டும்.

இத்தனையும் செய்யவேண்டும் என்பதுதான் கம்யூனிஸ்ட் கட்சியின் லட்சியமாகும். எனவே, இந்த லட்சியம் தான் ஒவ்வொரு கம்யூனிஸ்டின் லட்சியமாகும்.

கம்யூனிஸ்டுகள் லட்சியவாதிகள். கம்யூனிஸ்டுகள் உயர்ந்த பண்பாடு, உயர்ந்த நாகரீகத்தைப் படைக்க தங்கள் உடல், பொருள், ஆவி அனைத்தையும் அர்ப்பணம் செய்பவர்கள். தன்னலமின்றித் தியாகம் செய்பவர்கள். தனக்கென்று வாழாமல் பிறர்க்கென்று வாழ்பவர். உள்ளொன்று வைத்து புறம்மொன்று பேசுவார் உறவு கலவாமையிருக்கப் பாடுபடுபவர்; உலகில் பசி, பட்டினி, வேலை யில்லாத் திண்டாட்டம், பிச்சை எடுத்து உயிர்வாழ்வது, உடலை விற்று உயிர்வாழ்வது என்ற நிலை அத்தனையையும் ஒழித்து மனிதன் மனிதனாகத் திகழ அயராது உழைத்து தூக்குமேடைக்கும் செல்லத் தயங்காதவர்கள்!

இவர்கள் லட்சியவாதிகளா? இவர்கள் அறனை அரங்கேற்று பவர்களா? பண்பாடு, மரபு, நன்னெறி முதலியவற்றிற்கு இவர்கள் இருப்பிடமா? அல்லது முதலாளிகள், ஏகாதிபத்திய வாதிகள், நிற வெறி பிடித்தவர்கள், பண்பாடு என்று கூறிக்கொண்டு கொள்ளை யடிப்பவர்கள், மரபு என்று கூறிக்கொண்டு ஆயிரக்கணக்கான ஏழைத் தொழிலாளர்களின் மங்கையர் கற்பை அழிப்பவர்கள், இது போதாது என்று தங்கள் நண்பர்கள் மனைவிகளை மறைமுகமாக மந்தனம் கொள்பவர்கள், நன்னெறியை நாவு கூசாமல் கூறி நாளெல் லாம் அதை நாசம் செய்யும் கயவர்கள், கடவுள் கிருபையை விலை கொடுத்து வாங்குபவர், பணம் கொடுத்து புரோகிதர்களை பாதுகாப்பாக வைத்துள்ளவர் - இவர்களா லட்சியவாதிகள்,

அறனைக் காப்போர், நன்னெறியை நவிலுவோர்? நியாமாகக் கூறுவீர்!!

தர்க்க இயல் பொருள் முதல்வாதம் இதுவரை மனித குலம் சிறப்பென்று கருதியதனைத்தையும் பேணிக்காக்கும்; காத்து வந்துள்ளது. இன்று இயங்கிவரும் சோஷலிஸ்ட் சமுதாயங்களே சான்றாகும். சோவியத் யூனியன் எடுத்துக் காட்டாகும்!

தர்க்க இயல் பொருள் முதல்வாதம், மனித சிந்தனையின் சிகரமாகும். மனிதப் பண்பாட்டின் மாசிலாமணியாகும்.

மார்க்ஸ், ஏங்கெல்ஸ் இருவரும் ஒருங்கே உலகத்திற்கு தர்க்க இயல் பொருள் முதல்வாதத்தை வழங்கி உள்ளனர். இந்த நவீனப் பொருள் முதல்வாதம் கற்பனையின் கட்டுக் கோப்பல்ல; மாறாக, உலக தத்துவ ஞானத்தின் விஞ்ஞான சாரமாகும்.

பொருள் முதல் வாதம் ஏறத்தாழ 2500 ஆண்டுகளுக்கு முன்னர் சீனாவிலும், இந்தியாவிலும், கிரேக்க நாட்டிலும் தோன்றிற்று. இந்நாடுகளில் அக்காலத்திய மக்களின் அனுபவத்தினால் ஏற்பட்ட தத்துவமாகும். அவர்கள் இவ்வுலகத்தையும், இயற்கையையும் எவ்வாறு பார்த்தனரோ, அவ்வாறே இத்தத்துவமும் மலர்ந்தது. அன்று விஞ்ஞானம் குழந்தை பருவத்திலிருந்தது. ஆகவே, அவர்கள் பொருள் முதல் வாதம் உலகக் கண்ணோட்டம் இல்லாததாகவும், விஞ்ஞான அஸ்திவாரமும் இல்லாததால், குழந்தைத்தனமாகவும் இருந்தது ஆச்சரியப்படுவதற்கில்லை.

இயற்கை விஞ்ஞான நூல் (Natural Seience) வளர்ந்ததின் காரணத்தால் 17ஆம் நூற்றாண்டிலும் 18ஆம் நூற்றாண்டிலும் ஐரோப்பாவில் பொருள் முதல் வாதத் தத்துவம் இயற்கை ஆராய்ச்சியைத் தூண்டியது. 17வது நூற்றாண்டில் ஆங்கிலப் பொருள் முதல் வாதியான "பிரான்சிஸ் பேக்கன்" (Francis Bacan) அறிவின் அஸ்திவாரம் தேர்வுமுறை என்றார். அறிவைக் கொண்டு ஞாலத்தையும் வெல்ல முடியும் என்று கூறி பொருள் முதல் வாதத்தினால் உளநூல் வளர ஊக்கமளித்தார்.

கணித சாத்திரம் பெரிய அளவு வளர்ந்தது. உலகப் பொருள்களும், விண்ணுலகப் பொருள்களும் இயங்கும்முறை பெரிய அளவு கண்டு பிடிக்கப்பட்டது. இவைகளின் எதிரொலி பொருள் முதல் வாதத்தின் மீது ஏற்பட்டது. பொருளைப் பற்றியும் அசைவைப் பற்றியும் அறிவு வளர்ந்தது. ஆனால் எல்லாவற்றையும் இயந்திரம் இயக்குவது போல், அக்காலத்தில் பொருள் முதல் வாதிகள் கூறியதால் அவர்கள்

தத்துவத்தை யாந்தீரிக பொருள் முதல் வாதம் *(Mechanistic Materialism)* என்று அழைக்கின்றோம்.

யாந்தீரிக பொருள் மதல் வாதத்தின் மூன்று முக்கிய குறைபாடு களை ஏங்கல்ஸ் எடுத்துரைக்கிறார்.

முதலாவதாக யாந்திரீகச் கண்ணோட்டம் எல்லாம் இயந்திரம் போல் இயங்கி வருகின்றது என்றும், உயிருள்ளவை முறையில் இயங்கு வதைப் புரிந்து கொள்ள இயலாததும் பலகீனங்களாகும். சமுதாய வாழ்க்கையின் நியதிகளையும் புரிந்துகொள்ள இயலாததாகும்.

இரண்டவதாக - இயற்கையின் பரிணாம வளர்ச்சியைப் பார்த்த போதிலும், புரிந்து கொள்ளுவதிலும், அதை விளக்கிக் கூறுவதிலும் பலகீனம். அவர்கள் கண்ணோட்டத்தில் இயற்கை மாறாமல் இருந்து வருகின்றது என்றும், அது சுற்றிச்சுற்றி வட்டமிடுகின்றது என்றும் தவறாக எண்ணினர். இந்தக் கண்ணோட்டத்தை இயல் கடந்த ஆராய்வு என்று கூறலாம். எனவே, யாந்திரீகப் பொருள் முதல் வாதம் இயல் கடந்த ஆராய்வுக் கோட்பாடாகும்.

மூன்றாவதாக - இந்தப் பொருள் முதல்வாதிகள் சமுதாய வளர்ச்சியை விளக்கிக் கூறுவதில் பொருள் முதல் வாதத்தை உபயோகிக்கத் தவறினர். சமுதாய வளர்ச்சிக்குக் காரணம் பௌதிக அஸ்திவாரத்தில் இருப்பதைப் பார்க்கத் தவறி, மக்கள் எண்ணத் தினால் வளர்ச்சி ஏற்படுகின்றது என்றனர். இக்கருத்து எண்ணம் முதல் வாதத்தில் அவர்களை இட்டுச் சென்றது.

மார்க்ஸ் முன்னோர்கள் பொருள் முதல் வாதிகாளக இருந்த போதிலும், ஒரு விஷயத்தை பார்க்க, புரிந்த கொள்ள இயலவில்லை. அதாவது, வர்க்கங்கள் உணர்வுப் பூர்வமாக இயங்கி, புரட்சிகர மாற்றத்தைக் கொண்டு வருவதால் சமுதாய வாழ்வு மாற்ற மடைகிறது; சமுதாயமே மாறுகின்றது என்பதேயாகும்.

நிலப்பிரபுத்துவ சமுதாயத்தை மாற்றி பூர்ஷ்வா சமுதாயம் ஏற்படவேண்டும் என்றனர் என்பதில் ஐயமில்லை. ஆனால், பூர்ஷ்வா சமுதாயத்தையும் மாற்றி புதியதோர் சமுதாயத்தை எதிர்த்தனர். மக்கள் புரட்சியை, அச்சத்தால் வெறுத்தனர்.

19ஆம் நூற்றாண்டில் ஜெர்மானியத் தத்துவ ஞானி லூட்விக் பூவர்பாக் *(Ludwig Feuerbach)* ருஷ்ய புரட்சிகர ஜனநாயக வாதிகளான ஹெர்சன், *(Herzen)* பெலின்ஸ்கீ, *(Balinsky)* செர்னிசெவ்ஸ்கி போன்ற வர்கள் பொருள் முதல் வாதத்தை வளர்த்து பலபடிகள் முன்னே கொண்டு சென்றனர். ஜெர்மனி தத்துவ ஞானியாக பூவர்பாக் எந்த

அரசியல் நடைமுறையிலும் ஈடுபடவில்லை. ஆனால் ருஷ்ய ஜன நாயகவாதிகள் இயற்கையையும் தர்க்க இயலையும் புரிந்து கொண்டு செயல்பட்டனர்.

மார்க்சும், ஏங்கல்சும் - இவ்விரு மேதைகளும் உலகத்திற்கு வழங்கிய அழியாப் பொக்கிஷம் தர்க்க இயல் பொருள் முதல் வாதமும், சரித்ரீயப் பொருள் முதல் வாதமுமாகும். இதன்மூலம், உலகத் தொழிலாளி வர்க்கத்தின் இணையற்ற ஆசான்களாகவும், புரட்சித் தலைவர்களாகவும், தத்துவ ஞானத்தில் ஈடில்லா சிகரங்களாகவும் அழியா ஜோதிகளாகவும் விளங்குகின்றனர்.

அது வரை உலகத்தில் உள்ள எல்லா விஞ்ஞான அறிவையும், மனிதப் பண்பாடு, மரபு, மனிதத்துவம், அனைத்தையும் தொழி லாளி வர்க்கத்தின் சொத்தாக்கிக் கொடுத்த அழியாப் புகழ் அவர் களைச் சாரும். இனி தத்துவ ஞானம் இருள் சூழ்ந்த உலகில் கண் கட்டித் தவிக்க வேண்டியதில்லை என்பதை தர்க்க இயல் பொருள் முதல் வாதத்தால் மெய்ப்படுத்தி விட்டனர்.

"தத்துவ ஞானிகள் உலகத்தை வியாக்கியானம் செய்தனர், நமது பணி அதை மாற்றியமைப்பதே!" என்று ஆணித்தரமாகக் கூறினார் அமரஜோதி மார்க்ஸ். மனிதகுலம் இப்பூமியில் இருக்கும் வரை தர்க்க இயல் பொருள் முதல் வாதம் எல்லாத் துறையிலும் வழி காட்டியாக இருந்து வரும் என்பதில் எள்ளளவும் சந்தேகமில்லை.

மார்க்ஸிஸத்தின் மின்சார ஒளி, கடவுள் நம்பிக்கை, சமய வழி பாடு, மூடப் பழக்கவழக்கங்கள், மரணபயம், செத்தபின் சுவர்க்கத் திற்கா, நரகத்திற்கா என்ற அச்சம், பிறவிப் பெருங்கடலை எவ்வாறு நீந்துவது என்ற பிரச்சனை அத்தனைக்கும் மனித குலத்திற்கு உண்மையை விளக்கி, மனிதனே கண்கண்ட தெய்வம், அவனைவிட அறிவாளியோ, அவனைவிட சக்தி வாய்ந்தவனோ வேறு எந்தப் பொருளுமில்லை என்பதனை வெட்ட வெளிச்சமாக்கிவிட்டது.

தர்க்க இயல் பொருள் முதல் வாதம் மனித அறிவை வளர்த்து, இப் பிரபஞ்சத்தில் உள்ள அத்தனை உண்மைகளையும் கண்டுபிடிக்க வழிகோலியுள்ளது. உண்மையை அது அப்படியே எடுத்துரைப்ப தால் அதன் வெற்றி திண்ணம். எண்ணம் முதல் வாதம் செத்த பிண மாய் விட்டது. அதன் கடவுள்களும், சமயமும், அவ்வாறே கடிந் தொழியும்; இவற்றைத் தாங்கிப்பிடித்து வரும் சுரண்டல் ஆட்சியும் ஒழியும், அப்பொழுதுதான் உலகில் மனிதன் மனிதனாகத் திகழ் வான், இது திண்ணம் என்பதனை சென்ற ஐம்பதாண்டு மனித வரலாறே போதிக்கின்றது.

# "பொருள்"

மார்க்சீய தத்துவப் பொருள் முதல் வாதத்தில் "பொருள்" என்பதனை புறநிலையில் உள்ள அத்தனையையும் குறிப்பிடும் சொல்லாகக் கருதப்படுகின்றது. பொருள் என்பது நமது ஐம்புலன் களையும் கொண்டு உள்ளபடி உலகத்தில் உள்ளதத்தனையும் உணர்வதேயாகும்.

எனவே இப்பிரபஞ்சம், இப்பிரபஞ்சத்தில் உள்ளவை அனைத் தும் பொருளேயாகும்.

உள்ளபடி உள்ளதை அறிய ஏற்பட்டுள்ள எல்லா விஞ்ஞானத் துறைகளும் பொருளை அறிய ஏற்பட்டவையேயாகும்.

அணுவைப் பிளந்தால் அது மின் சக்தியாக இருப்பதைக் கண்ட நாத்திக விஞ்ஞானிகளும், தத்துவ ஞானிகளும் "பொருள்" என்பது ஒன்று இல்லை, அது மறைந்து விட்டது, உள்ளது "சக்தியே!" "சக்தி" தான் கடவுள் - அவள்தான் பார்வதி என்றெல்லாம் பிதற்றுகின்றனர். ஒளி, ஓசையை மின்சாரமாக மாற்றலாம், மின்சக்தியை ஒளி, ஓசை யாக மாற்றலாம், இவை அனைத்துமே பொருள்கள் என்பதனைக் கண்டும் காணாதவர்கள் போல், தெரிந்தும் தெரியாதவர்கள் போல் பாசாங்கு செய்கிறார்கள்!

லெனின் கூறியது போல் - "பொருள்" என்பதன் ஒரே குணம் அது நமது எண்ணத்திற்கு அப்பால், உண்மையில் உள்ளது என்பதேயாகும். எண்ணம் முதல்வாதிகளோ, உள்ள உலகத்தைப் பார்க்க மறுக்கிறார்கள். பிரபஞ்சம், உலகம் அத்தனையும் மாயை தான் என்பதனை விஞ்ஞானமே கண்டுபிடித்துவிட்டது என்று உண்மையை ஒளிக்க முன்வந்துள்ளனர்.

"பொருள்" என்பதை சிருஷ்டிக்க முடியாது. அதை அழிக்கவும் முடியாது. பொருள் என்பது சதா மாறிக் கொண்டேயிருக்கிறது.

என்ற உண்மைகளை விஞ்ஞானம் கண்டுபிடித்துவிட்டது. இதைத் தான் தர்க்க இயல் பொருள் முதல்வாதிகள் கூறுகின்றனர். ஆனால், எண்ணம் முதல்வாதிகள் இதைக் கடுமையாக எதிர்க்கின்றனர். காரணம், இதை அவர்கள் ஏற்றுக் கொண்டால் கடவுள் என்ற கற்பனைக்கு இடமில்லாமற் போகிறது அல்லவா!

அசைவின்றிப் பொருள் என்பது ஒன்று இல்லை. பொருளின் இன்றியமையாத குணமே அசைவாகும். பொருள் இன்றி அசைவு என்பது பிரபஞ்சத்தில் ஒன்றுமில்லை.

இடம், காலம் இல்லாமல் பொருள் இருக்க முடியாது. இவ்வுலகில் உள்ள எல்லாப் பொருள்களும் - மனிதன் உட்பட இடத்தில் ஒரு குறிப்பிட்ட அங்கம் வகிக்க வேண்டும். இன்று இங்கு ஒரு சம்பவம் ஏற்படுகிறது என்றால், அந்த சம்பவத்தை நாம் உடனே பார்க்கலாம். ஆனால் வேறொரு நட்சத்திரத்தில் மனிதன் இருக்கிறான் என்று வைத்துக் கொண்டால் அந்த சம்பவம் அவன் கண்ணுக்கு 1,98,000 மைல் ஒரு வினாடியில் போகும் ஒளிக்கதிர் எப்பொழுது அவன் கண்ணுக்கு எட்டுகின்றதோ, அப்பொழுது தான் அவன் அதைப் பார்க்கிறான். இது பல ஆண்டுகளுக்குப் பிறகு தான்! வானில் உள்ள நட்சத்திரங்கள் பூமியிலிருந்து கோடானு கோடி மைல்களுக்கப்பால் இருக்கின்றன.

உலகில் உள்ள எல்லாப் பொருள்களும் இடைவிடாது மாற்றம் அடைந்தே வருகின்றன. மனிதனும் அவ்வாறே. எல்லாவற்றிக்கும், கடந்த காலம், நிகழ்காலம், எதிர்காலம் என்று உண்டு. காலமின்றிப் பொருளில்லை.

ஆனால் ஒரு முக்கிய வித்தியாசமுண்டு. மனிதன் அல்லது ஒரு தனிப் பொருள் குறிப்பிட்ட காலம் வரை உள்ளதாய் இருந்த போதிலும், இயற்கைக்கோ கால வரையின்றி எல்லாக் காலத்திற்கும் உள்ளதாக இருக்கும் தன்மை உண்டு. தனிப் பொருள்கள் ஏற்பட்டு, பல பரிணாம வளர்ச்சி பெற்று, இறுதியில் மறைகின்றன. ஆனால் இயற்கையோ அவ்வாறில்லை. அதற்கு ஆரம்பம் இல்லை, அந்தியுமில்லை.

இடமும், காலமும் உலகில் உள்ள எல்லாப் பொருள்களுக்கும் இன்றியமையாததாகும். எனவே இடம், காலம் இல்லாமல் பொருள் இருக்க முடியாது.

எண்ணம் முதல்வாதிகள் இடம், காலம் என்பவை நமது தன்னுணர்வின் கருத்துகளே தவிர, உள்ளபடி உள்ளவை அல்ல என்று

கூறி வருகின்றனர். மனித வர்க்கமே இல்லை என்றால் இடம் என்றோ, காலம் என்றோ இராது என்று கூறுகின்றனர். இவ்வாறு கூறுவது அர்த்தமற்றது என்பது ஒரு உதாரணம் பளிங்கு போல் எடுத்துக் காண்பிக்கிறது.

சென்னையிலிருந்து டெல்லி செல்ல வேண்டுமென்றால் ஏறத்தாழ 1500 மைல்கள் செல்ல வேண்டும் என்பதனை, நாம் உணர்வோம். இரயில் மூலம் டெல்லிக்கு சென்னையிலிருந்து சென்றால் 42 மணி நேரமாகும். சென்னையிலிருந்து விமானம் மூலம் சென்றால் 2 மணி 45 நிமிடங்களில் டெல்லி போய்ச் சேருவோம். நடந்து சென்றால் தினசரி 10 மைல் நடக்கிறோம் என்று வைத்துக் கொண்டால் 150 நாட்கள் அல்லது, ஏறத்தாழ 5 மாதங்களாகும். எனவே, இடம், காலம் என்பவை எண்ணத்திலோ அல்லது தன்னுணர்விலோ ஏற்படும் கருத்துக்களல்ல - இடமும், காலமும் உள்ளபடி உள்ள புறநிலை உண்மைகளாகும். இவ்வுண்மையை வள்ளுவர் வகையாகக் கூறி உள்ளார்.

"ஞாலம் கருதினும் கைகூடும் காலம்
கருதி இட்டதாற் செயின்."

எண்ணம் முதல்வாதிகள் இடத்தையும், காலத்தையும் மறுப்பதன் நோக்கம் ஒன்றே - காலத்திற்கும், இடத்திற்கும் அப்பாற்பட்டதோர் பொருள் ஒன்று உண்டு - அதுதான் கடவுள் என்பதனை வலியுறுத்தவே தவிர வேறொன்றுமில்லை.

தர்க்க இயல் பொருள் முதல்வாதம் உள்ளபடி உள்ள உலகம் இடத்திலும், காலத்திலும் ஓர் உண்மையாக விளங்குகிறது என்று கூறுவதுடன், எப்பொருளும் இடமும், காலமும் இல்லாது இருக்க முடியாது! ஆதலால், கடவுள் என்ற பொருள் ஒன்று காலத்திற்கும், இடத்திற்கும் அப்பாற்பட்டதாக இருக்க முடியாது என்று ஆணித் தரமாகக் கூறுகின்றன.

இப்பிரபஞ்சத்தையே படைத்தது கடவுள். ஆதலால், இப் பிரபஞ்சத்திற்கு அப்பாற்பட்ட பொருள் கடவுள் என்றும், பிரபஞ்சத் திற்கு அப்பால் எங்கோ அவர் வசிக்கிறார் என்றும் சமய நூல்கள் கற்பனை செய்து கயிறு திரிப்பதை தர்க்க இயல் பொருள் முதல் வாதம் அம்பலப்படுத்துகிறது.

கடவுள் என்ற கற்பனைக்கு ஆதாரமே இல்லை என்று விஞ் ஞானம் தெளிவு படுத்திவிட்டது. விஞ்ஞானக் கண்ணோட்டத்துடன் இவ்வுலகை நோக்கினால், கடவுள் என்பது கற்பனைதான் என்பது புலனாகும்.

இயற்கையின் விளைவு இயற்கையே. இயற்கைக்கு ஆரம்பமும் இல்லை, அழிவும் இல்லை. கடவுளுக்குச் சூட்டக்கூடிய புகழ் மாலையாகிய "ஆதியுமில்லை அந்தமும் இல்லை" என்பது உண்மையில் இயற்கையின் தன்மையேயாகும்.

இயற்கை என்றும் அழியாப் பொருள் என்றும் தர்க்க இயல் பொருள் முதல்வாதம் கூறுவது நாத்திகத்திற்கு அழியா அஸ்தி வாரத்தைத் தேடிக்கொடுக்கின்றது.

# இயற்கையின் நிரந்தர அசைவு

அசைவு, மாற்றம், வளர்ச்சி இயற்கையின் இன்றியமையாத குணமாகும். அசைவின்றிப் பொருளில்லை. "பொருளின் புற நிலையே அசைவாகும்" என்கிறார் ஏங்கல்ஸ். பொருளின் ஒவ்வொரு துளியும் - அது மாலிக்கூலானாலும் சரி, அணுவானாலும் சரி அல்லது - அவற்றின் சேர்மானங்களானாலும் சரி இயல்பாகவே சதா அசைவுடன் இருப்பதும், இவ்வசைவால் மாற்றமடைவதும் எதார்த்த உண்மையாகும்.

தத்துவார்த்த முறையில் அசைவை பொருளின் பரிணாம வளர்ச்சியின் ஜீவநாடி என்று கூறலாம். உலகத்தில் நிரந்தரமாக அதே நிலையில் உள்ள பொருள் ஒன்றுமில்லை. அதாவது அசைவின்றி எதுவுமில்லை. ஒன்றோடொன்றை ஒப்பிட்டுக் கூறும் தருணத்தில் இப்பொருள் அசைவின்றி உள்ளது என்று கூறலாமே தவிர, தழுவியல் அசைவின்மை, கலப்பற்ற அசைவின்மை என்று ஒன்றில்லை. விஞ்ஞான வளர்ச்சி இல்லாத காலத்தில் இவ்வுலகம் அசைவற்ற தென்றும், சூரிய சந்திர நட்சத்திரங்களனைத்தும் இவ் வுலகைச் சுற்றி வருகின்றன என்றும் மனிதன் நினைத்ததுண்டு. ஆனால் அணுவைப் பிளந்து அதில் மின்சார சக்தியை மனிதன் கண்டுபிடித்த பிறகு, பொருள் வேறு அசைவு வேறு என்று மூட நம்பிக்கையும், சமய வழிபாடும் கவ்வியவர்கள்தான் கூறி வருகின்றனர். விஞ்ஞானக் கண்டுபிடிப்புகளை ஏற்றுக் கொண்டால், ஆன்மா என்பதொன்றில்லை. மனிதன் இறந்த பிறகு வேறு ஒரு பிறப்பில்லை என்பதையும் ஏற்றுக் கொள்ள வேண்டும்.

அசைவின் வடிவுகள் மாறிக் கொண்டே இருக்கின்றன என்பது விஞ்ஞானக் கண்டுபிடிப்பாகும். அதாவது ஒலி, ஒளியாக மாறலாம், ஒளி வெப்பமாக மாறலாம், வெப்பம் காந்தமாக மாறலாம், காந்தம் மின்சாரமாக மாறலாம். எனவே வடிவத்தில் மாற்றம் ஏற்பட்டு அதன் மூலம் சாரத்தில் அல்லது உள்ளடக்கத்ததில் மாற்றம் ஏற்படுகின்றது என்பதனை விஞ்ஞானம் தெளிவுபடுத்தி உள்ளது.

இடத்திலும், நேரத்திலும் தான் பொருள் அசைவு பெறுகிறது. மனிதன் உட்பட இப்பிரபஞ்சத்தில் உள்ள எல்லாப் பொருள்களும் இடத்தில் ஒரு குறிப்பிட்ட ஸ்தானத்தை வகிக்கிறது. இடமின்றிப் பொருளில்லை.

"நான் உள்ளேன்" என்று கூறி "நான்" இல்லையேல் இப்பிரபஞ்சம் இல்லை என்று எண்ணம் முதல்வாதிகள் கூறுகின்றனர். இதன் கருத்து என்ன? "நான்" என்று கூறும் சமயத்தில் இப்பூத உடலில் புகுந்திருக்கும் அழியாப் பொருளாகிய ஆன்மா, பராசக்தியின் ஓர் சிறு துளியாதலால் நான் இல்லையேல் பராசக்தி இல்லை; இப் பாருலகில் ஒன்றுமேயில்லை என்பதை வலியுறுத்தவே எண்ணம் முதல் வாதிகள் இந்த சொற்ஜாலத்தில் புகுந்து விளையாடுகிறார்கள்.

எண்ணம் முதல்வாதிகளின் கோட்டைகள் அனைத்தும் தகர்ந்து இன்று அவர்களுக்கு நிற்க இடமில்லாமல் தவிக்கின்றனர்.

மக்களின் அறியாமையைப் பயன்படுத்திக் கொண்டு, மூடப் பழக்கவழக்கங்களை முற்றிலும் புகுத்தி விஞ்ஞானத்தையும், பகுத்தறிவையும் எதிர்த்து, இன்றைய சாக்கடைச் சமுதாயத்தைப் பேணிக்காக்க, புதிய புதிய தத்துவங்களைச் சிருஷ்டிக்க, எண்ணம் முதல்வாதிகள் முன்வந்துள்ளனர். ஆனால் அவர்கள் முயற்சிகள் அனைத்தும் தோல்வி அடைந்து வருகின்றன. பூர்ஷ்வா தத்துவ ஞானத்தை எதிர்த்து பொருள் முதல்வாதத்தின் சிறப்பை பூர்ஷ்வா தத்துவ ஞானிகளே இன்றைக்கு பறைசாற்றத் தொடங்கி விட்டனர்.

தர்க்க இயல் பொருள் முதல் வாதம், விஞ்ஞானத்தையும் பகுத்தறிவையும், எதார்த்த உண்மைகளையும் அடிப்படையாகக் கொண்டு கீழ்க்கண்ட உண்மைகளைத் தெளிவாக எடுத்துரைக்கின்றது.

1. மனிதன் தோன்றுவதற்கு முன்னரே பல கோடிக்கணக்கான ஆண்டுகளாக இவ்வுலகம் இருந்து வந்துள்ளது. ஜீவராசிகளின் பரிணாம வளர்ச்சியின் போக்கில், குரங்கு - மனிதன் நவீன மனிதனாக மாறினான்.

2. மனித சமுதாயம் வர்க்கப் போராட்டத்தின் அடிப்படையில் மாறிக் கொண்டே வந்துள்ளது. தனி உடமையை அடிப்படையாகக் கொண்டுள்ள முதலாளித்துவ சமுதாயம் கடிந்தொழிந்து, பொதுவுடைமை சமுதாயம் ஏற்படுவது சரித்ரீய அவசியமாகும்.

3. மனிதன் இறந்தான் என்றால், மண்ணோடு மண்ணாகி விடுகிறான் என்பதுதான் பொருள். ஆத்மா என்பதில்லை - மறு பிறவி என்பதில்லை.

4. கடவுள் என்பது கற்பனையே! கடவுளையும், சமய வழிபாட்டையும், மூட நம்பிக்கையையும் எண்ணம் முதல் வாதிகள் வலியுறுத்தி வருவது அளவந்தார்களின் கைகளைப் பலப்படுத்தவே!

5. நியாயம்; தர்மம்; வாய்மை, நல்லது; கெட்டது அனைத்தும் வர்க்க அடிப்படையில் தான் உள்ளன. இவை சாஸ்வதமல்ல. மாறும் உலகத்தில் மாற்றமடையும் என்பதில் ஐயமில்லை.

6. புதிய சமுதாயத்தை, சுரண்டலற்ற சமுதாயத்தை, வர்க்க பேதமற்ற சமுதாயத்தைச் சமைக்கப் பாடுபடுவதே மனித குலத்தின் சீரிய லட்சியாகும்.